Miale ya Mashariki

Mashairi na Mwongozo wa Uchambuzi

Timothy Kinoti M'ngaruthi

Copyright @ 2012 Timothy Kinoti M'ngaruthi
All Rights Reserved.

No part of this book may be reproduced or utilized in any form or by any means, electronic or mechanical, including photocopying, recording, or by any information storage and retrieval system, without permission in writing from the publisher.

This book is sold subject to the condition that it shall not, by way of trade or otherwise, be re-sold, hired out, or otherwise circulated without the publisher's prior consent in any form of binding or cover other than that in which it is published and without a similar condition including this condition being imposed on the subsequent purchaser.

Author: Timothy Kinoti M'ngaruthi
Cover Design: Danielle Pitt
Cover Design Illustration: Peter Kambo Maina
Design and Layout: Kemunto Matunda

Note to Librarians:
A Cataloguing record for this book is available from the Library and Archives Canada.

ISBN: 978-1-926906-25-6

First Published November 2012
Published By: **Nsemia Inc. Publishers; www.nsemia.com; Oakville, Ontario, Canada**

Kutabaruku

Kwa mwalimu wangu Joseph Kaimenyi Marete. Kutagusana nawe huko Shule ya Wavulana ya Chuka (1984-1987) kulinifanya, sio tu kukitambua kipawa changu cha ushairi bali pia kukipalilia.

Miale ya Mashariki ni diwani iliyo na mkusanyo wa mashairi themanini na mawili. Mashairi haya yametungwa kwa kuzingatia maudhui, mitindo na miundo mbalimbali. Pamejumuishwa mashairi ya kiarudhi pamoja na mashairi huru kwa lengo la kuwahusisha wasomaji na wahakiki wa mashairi ya Kiswahili katika ushughulikiaji wa mashairi ya aina nyingi iwezekanavyo.

Mashairi yaliyomo yanatanda eneo pana. Yatafaa katika viwango vya shule za upili, vyuo vya kufunzia walimu pamoja na vyuo vikuu. Aidha, kwa wasomi wanaopenda kutafiti kuhusiana na ushairi wa Kiswahili diwani hii itakuwa tunu. Nyumba njema si mlango, fungua ungie ndani!

Shukrani

Nimethibitisha maneno ya washairi wa jadi kuwa ushairi ni inkishafi kutoka kwa Mpaji. Pokea sifa na utukufu kutoka kwa kiini cha moyo wangu Ewe Mola uliyekuwa upande wangu tangu mwanzo hadi kukamilika kwa kwa kazi hii.

Wazazi wangu wapendwa wafikiwe na shukrani jazila kwa kunizaa, kunilea na kunisomesha hadi kiwango cha kuwa mshairi. Babangu, mzee M'ngaruti M'kirigia ndiye aliyenifunza maneno kadha ya Kiswahili wakati somo hili halikutiliwa maanani katika shule ya msingi na hivyo kunipa hamu ya kujifunza Kiswahili. Mama Grace Kaguri daima ameniombea maisha mema tangu nikiwa mdogo hadi utu uzima- kama si dua zake maisha yangu yangekuwa tofauti na yalivyo sasa.

Msaada nilioupata kutoka kwa jamaa na marafiki pia ulinipa motisha wa kusonga mbele. Shukrani za dhati ziwafikie ndugu David Koome Mbui na Baariu J. Mberia pamoja na aila zao kwa kunikirimu nilipokuwa katika harakati za kuichapisha kazi hii. Pokea shukrani pia Ndugu Dickson Kathurima Mugambi kwa kunipa moyo nilipokuwa nikijikaza kuandika.

Siwezi kamwe kumsahau mhadhiri wangu, marehemu Gerald Njagi Matti (Chuo Kikuu Cha Kenyatta) aliyeusoma mswada wa kitabu hiki na kunipa matumaini makubwa.

Ningependa pia kuwashukuru marafiki zangu tuliosoma nao katika Shule ya Wavulana ya Chuka (1984-1987), Shule ya Wavulana ya Kanyakine (1988-1989) na Chuo Kikuu cha Egerton (1990-1994) kwani ndio walikuwa watu wa kwanza kuyapenda mashairi yangu. Daima nitakikumbuka kikundi cha wavulana kutoka Shule ya Kanyakine kilichoyakariri mashairi yangu katika mashindano ya mashairi na nyimbo na kupata tuzo, nikiwa bado mwanafunzi.

Wanafunzi wangu katika shule za wasichana za Kanjalu na Ruiri (Kaunti ya Meru) walinipa moyo wa kukichapisha kitabu hiki kwani walikuwa wapenzi wakuu wa mashairi yangu. Walipata kuyakariri, kuyaghani na kuyaigiza baadhi ya mashairi yaliyomo humu hadi katika kiwango cha mkoa na kupata tuzo mbalimbali.

Walimu wenzangu katika shule nilizowahi kufunza pia wapokee shukrani kwani ushauri wao ulinipa ushawishi wa kuendelea hata nilipokaribia kukata tamaa.

Nilipokuwa nikiketi kwa muda mrefu ili kuikamilisha kazi hii, mke wangu Bi. Hellen Kinoti na binti zangu Karwitha, Kajuju Kawira na Rehema walihakikisha kuwa nilipata kikombe cha chai. Nilipotaka ushauri wa kitaalamu, mke wangu ambaye pia ni mwalimu wa lugha hii tukufu aliutoa bila kinyongo.

Ni vigumu kuwataja watu wote walionisaidia kwani ni wengi. Kwa wote nasema hivi:

> Heko kwenu wafadhili, mlojenga zangu tungo
> Mlitenda la halali, lisoweza pata wango
> Nawapenda mu halili, nawaenzi si uwongo
> Dua zangu pia lengo, mje lipwa na Jalali
>
> Jua limeshachomoza, kumekucha Mashariki
> Miyale imeangaza, diwani hino twalaki
> Walimwengu nawajuza, ushairi tushiriki
> Tusitishwe na mikiki, na kasumba kutujaza.

YALIYOMO

Kutabaruku..i
Shukrani..iii
Utangulizi..1

Sura ya Kwanza - Shajara ya Mshairi

1. Malenga Nipokeeni.....................................33
2. Nitaitwaje malenga?...................................35
3. Mola nepushie...39
4. Mbona Hivi?...42
5. Mataara...44
6. Hau pweke...48
7. Ingawa sikuwaona......................................49
8. Ruiri Hakuna Jangwa...................................51
9. Dau Langu Li Salama...................................55
10. Wimbo wangu..56

Sura ya Pili - Mwanamke na Utamaduni

11. Pendo Limenisakama...................................63
12. Namba Nawe...65
13. U Wapi?..66
14. Ua Litaponyauka......................................70
15. Tokomea!...72
16. 'Siniambae...74
17. Epuka mapigo...77
18. Siondoki...79
19. Kifo Mzingani..81
10. Wabakaji Mahasidi....................................84
21. Kulla Muavya Mimbaye.................................86
22. Mila Zitiwe Mizani...................................88
23. Ni kiwanda kamilifu..................................90

Sura ya Tatu - Utata wa Mwanadamu

24. Migomo Shuleni...95
25. Fundi Bora..97
26. Broka?..99
27. Kinaya cha Kisomo...101
28. Githeri...105
29. Wenye Tata...104
30. Mwakonda mwakondeani?...............................106
31. Neno hili 'Samahani'.......................................107
32. Upatapo Jembe Jipya.....................................109
33. Jana na Kesho na Leo....................................110
34. Maliwazo?..111
35. Jina Jipya...113
36. Karamuni...114
37. Kifo..116
38. 'Silaumu Bomu..117

Sura ya Nne - Matukio ya Kukumbukwa

39. Ametutoka Wamalwa.......................................121
40. Ndoto za Kiama..123
41. Vyama Visiwe Sababu....................................125
42. Ni Wengi Waloanguka....................................127
43. Nitapanda Nipendalo.....................................129
44. Kiu Chetu..131

Sura ya Tano - Vuguvugu la Kisiasa

45. Demoskini..139
46. Siasa..141
47. Vigogo..142
48. Kunyimwa Uneni...144
49. Hatia ya Wizi...146
50. Niache?..148
51. Siachi...152
52. Upweke Kundini..158

53. Kihoro..................................159
54. Muhali..................................160
55. Mapambano.............................161
56. Kuwa Wima.............................163
57. Nitapanda Kirimara....................164
58. Hoyee!..................................166

Sura ya Sita - Utendi
59. Utendi wa Masihi.......................169

Sura ya Saba - Mafumbo Sahili
60. Kutamani Visoliwa......................177
61. Kibogoyo Kula Fupa!...................178
62. Mzinga wa Mapopo.....................179
63. Barua kwa Kipofu......................181
64. Uko Uchi!...............................182
65. Gandamizi..............................184
66. Mchwa..................................185
67. Ganda..................................186
68. Mpapindi si Mnazi.....................188
69. Mwenye Kijungu Mekoni...............189

Sura ya Nane - Mafumbo Changamano
70. Haki Nimtuze Nani?....................193
71. Msomi Nifumbulie......................195
72. Jichagulie Nikupe......................196
73. Naitwaa Yangu Kamba.................200
74. Kuku Simfugi Tena....................203
75. Nyoka Kumezana......................204
76. Ajabu ya Tungule.....................206
77. Utetezi wa Tungule...................207
78. Ola Wambe............................208
79. Simkopi Shailoki......................209
80. Kukamia Joto..........................211

81. Nguli sichi nduli...212
82. Ncha ya kucha...213

Maswali ya Uchambuzi..217
Sherehe...219
Marejeleo 243
Kuhusu Mwandishi 245

UTANGULIZI

USHAIRI KWA JUMLA

Ushairi ndicho kipera cha awali zaidi kikilinganishwa na vipera vingine vya fasihi andishi kama vile riwaya, tamthilia na hadithi fupi. Si ajabu kuwa ushairi unayo nafasi kubwa, sio tu katika fasihi andishi bali pia katika fasihi simulizi.

Upo ushairi wa arudhi, yaani ule uzingatiao sheria za kiutunzi kama vile kuwepo kwa urari wa vina na mizani, mpangilio maalum wa beti na mishororo na vibwagizo. Pia upo ushairi huru usiojifunga na kanuni hizi bali mshairi huzinakili fikira zake jinsi zinavyomjia bila kujali kanuni zilizowekwa na washairi wa kale. Licha ya tofauti hizi, mashairi ya aina zote ni muhimu hasa nyakati hizi ambapo mtihani wa fasihi unalenga pande zote mbili.

Baadhi ya wanafunzi hudai kuwa ushairi ni mgumu. Mojawapo wa malalamiko watoayo ni kuwa lugha yake ni kavu na isiyovutia. Hili ni tatizo ambalo aghalabu hutokana na matumizi ya lahaja mbalimbali za Kiswahili katika mashairi, hasa yale yaliyotungwa na watunzi wa kutoka pwani ya Kenya na Tanzania. Lahaja ni tofauti katika matamshi, matumizi ya maneno au maelezo ya mambo, hali au matukio katika lugha yenye asili moja. Hili ni jambo la kawaida katika lugha nyingi ulimwenguni, ambapo wasemaji wa lugha moja kuu hutofautiana katika matumizi yake.

Lugha ya Kiswahili ina lahaja kama vile Kiamu (isemwayo Lamu), Kimvita (lahaja ya Mombasa) na Kiunguja (lahaja ya Unguja) miongoni mwa lahaja nyingine. Ndiposa yakazuka mashairi yenye tofauti kadha katika matumizi ya lugha kutegemea eneo alilotoka mtunzi na hivyo kuyafanya kuwa tofauti na kazi za kinathari ambazo aghalabu huandikwa kwa lugha sanifu.

Mashairi pia huonekana kuwa magumu kutokana na matumizi yake ya lugha ya mkato isiyo na mtiririko wa moja kwa moja. Kila neno litumiwapo katika shairi hupewa uzito mkubwa kwani huwakilisha maana pana ikilinganishwa na utunzi wa kinathari ambapo maelezo hutolewa. Jambo ambalo lingefafanuliwa kwa sentensi au aya nzima katika kazi ya kinathari linaweza kuelezwa kwa neno moja katika shairi.

Wanafunzi pia hulalamikia ugumu wa ushairi kutokana na matumizi yake ya lugha ya picha. Washairi hupenda kutumia vilinganishi kama vile tashibihi, sitiari na jazanda katika kazi zao. Huenda ushairi ukaonekana kuwa mgumu kwa mwanafunzi asiyejitahidi kujisomea kwa mapana na hivyo kuweza kung'amua ulinganishi uliotumika, hasa iwapo mshairi ametumia vilinganishi visivyopatikana katika mazingira ya msomaji. Mwanafunzi ataweza tu kupata taswira kamili ya kinachozungumziwa iwapo atajitahidi kuwazia anachokisoma au kukisikiliza badala ya kuvunjika moyo na kulalamikia ugumu wa ushairi.

Baadhi ya wanafunzi huhisi kuwa ushairi ni utanzu mgeni katika fasihi ya Kiswahili kutokana na matumizi ya msamiati wa Kiarabu, hasa katika mashairi ya arudhi yaliyoandikwa mwanzo kwa hati za Kiarabu na hivyo kuathiriwa pia na msamiati wake. Ukweli ni kwamba ushairi wa Kiswahili si wa kigeni kwani ulikuwepo kama nyimbo hata kabla ya kuja kwa Waarabu katika upwa wa Afrika Mashariki.

Jambo la kimsingi tunalopaswa kufahamu ni kuwa ushairi hupatikana katika jamii zote ulimwenguni. Tofauti iliyopo kati ya ushairi wa Kiswahili na ule wa jamii nyinginezo ni ya kiistilahi tu. Mashairi yanayopatikana katika jamii nyinginezo hutambulika kama **nyimbo** au **maghani**. Lakini ukiyachunguza kwa makini utagundua kuwa ni mashairi kamili yaliyotungwa kwa kuzingatia utaalamu fulani.

Ili kuweza kuukabili utata uliouzunguka ushairi wa Kiswahili, walimu na wanafunzi wanashauriwa kutafakari mambo yafuatayo:

Mashairi ni Nyimbo

Kila jamii duniani ina nyimbo zake. Nyimbo hizi ni zao la shughuli mbalimbali za kijamii. Katika kuendeleza shughuli hizi binadamu huona uchovu na hivyo kutafuta mbinu za kukabiliana na uchovu huu. Ndiposa pakazuka nyimbo za aina kadha kutegemea muktadha wa kila wimbo. Zipo zilizoimbwa ili kuburudisha, kushauri, kuelimisha au kutahadharisha. Pia zilitumika kutolea hisia kama vile mapenzi, hasira na hofu.

Binadamu alipozidi kujiendeleza kikazi palizuka mipigo ya zana za kazi na kuzifanya nyimbo kuiga mipigo kama vile pu! ku! tu! pwa! pa! na mwa! na hivyo kupata midundo mipya. Mipigo hii ilinakiliwa kama tanakali za sauti ambazo zilizaa vina katika nyimbo. Nyimbo hizi za kazi hujulikana kama **hodiya**.

Ili kusawazisha urefu wa mistari ya nyimbo hizi, mizani ziliongezwa na kufuatiwa na kiitikio au kibwagizo. Hili ni neno, mstari au kifungu kilichorudiwarudiwa ili kuwatia shime wafanyikazi walipoimba pamoja huku wakiendelea na kazi.

Maswala ya kijamii kama vile imani za kidini na ushirikina pia yaliendelezwa kupitia nyimbo. Tamasha mbalimbali zilipambwa kwa nyimbo. Nyimbo hizi ndizo zilikuja kuitwa mashairi katika jamii kama ile ya Waswahili. Jamii nyingine nyingi zina mashairi ya hali ya juu bali haziyafahamu kama mashairi bali nyimbo tu.

Ni wazi kuwa karibu kila mtu huushiriki ushairi kwa njia moja au nyingine. Uingiapo kwenye bafu na kuoga huku wimbo uupendao ukikutoka kinywani jua wazi kwamba unaliimba shairi! Hebu ufikirie wimbo wowote, uwe wa Kiswahili au lugha yako ya kiasili. Chukua kalamu na karatasi uyanakili maneno yake. Utakubaliana nami kwamba wimbo huo unayo mishororo, beti na sifa nyinginezo za ushairi huru au hata ushairi wa arudhi.

Chukua hatua zaidi uusikilize au kuuimba wimbo wowote wa taarabu, kisha uyanakili maneno yake, japo kifungu kimoja. Je, maneno hayo yanao uhusiano gani na mashairi ya arudhi? Hebu tuutazame mfano huu wa wimbo maarufu uitwao 'Vidonge':

Wanawake ni wajanja, hakika nimekubali
Waona baba likija, limevaa suruali
Mwalishwa sahani moja, kumbe ni mume wa pili
(jama)

Wape wape vidonge vyao
Wakimeza wakitema ni shauri yao.

Unapoutazama wimbo huu kwa makini utagundua kuwa baadhi ya mbinu za kishairi zimetumika. Hizi ni pamoja na utoshelezi wa vina na mizani na takriri ya maneno na silabi.

Kwa kifupi, maisha yetu yamejaa ushairi, tuwe tunaupenda au kutoupenda! Kinachohitajika ni kubadilisha mielekeo na hisia zetu kuhusiana na somo hili.

Mashairi ni mazungumzo

Mazungumzo katika mashairi yanaweza kujitokeza katika viwango vifuatavyo:

a) Uzungumzi nafsia

b) Uzungumzi kati ya binadamu na binadamu mwenzake

c) Kati ya binadamu na Mungu au miungu

d) Kati ya wahusika wengine kama vile wanyama

e) Kati ya binadamu na vitu vingine vilivyo na visivyo hai.

Katika uzungumzi nafsia mhusika hujizungumzia mwenyewe kupitia maswali ya balagha (yasiyohitaji majibu), kujikosoa au hata kujitapa, mradi tu pawe na mazungumzo. Kupitia shairi la 'Upweke kundini', mshairi anaeleza matamanio yake ya kwenda safari ya kujisaka katika nafsi ya kwanza kama inavyojitokeza katika ubeti wake wa kwanza:

> Natamani kuwa pweke, niwaze, nitafakari
> Nijisake niridhike, nituze, yangu fahari
> Ya muhimu niyashike, nikaze, niyakariri
>   Natamani upweke kundini

Ni wazi katika ubeti huu kuwa maneno yaliyotamkwa hayakukusudiwa hadhira yoyote nje ya mawazo ya mshairi ila mshairi anaizungumzia nafsi yake.

Shairi liitwalo 'Malenga nipokeeni' ni mfano wa mazungumzo kati ya binadamu na binadamu mwenzake. Hapa mshairi ananena na washairi mashuhuri akiomba kukubalika katika ukumbi wa mashairi. Pia anawashukuru walimu wake kwani ndio waliokitambua kipawa chake na kumtia moyo. Tazama jinsi anavyowataja kwa majina yao na kumpasha kila mmoja ujumbe mahsusi. Uzungumzi wa aina hii pia unapatikana katika mashairi kama vile 'Pendo limenisakama' na 'Namba nawe' ambapo katika mashairi yote mawili tunampata mwanamume akimbembeleza mwanamke ampendaye. Jambo hili hupatikana sana hata katika nyimbo nyingi za wasanii wa kale na wa wakati huu.

Kupitia ushairi, binadamu anao uwezo wa kuzungumza na Mungu. Aghalabu uzungumzi wa aina hii hujitokeza kama dua. Katika shairi la 'Mola nepushie' mshairi anamuomba Mola amwepushe na mabaya na pia amjalie mema. Ubeti wake wa sita unasema hivi:

Ewe Mola nepushie, ufisadi na lukuma
Halali nijipatie, sicho kiloliwa njama
Jangani nitumbukie, mashakani nije kwama
Uchumi ulo kilema, ewe Mola nepushie

Mazungumzo haya yanadhihirika waziwazi katika kila ubeti kwani mshairi anaanzia na kumalizia kila ubeti kwa maneno yayo hayo.

Tunampata mbogo akimzungumzia mbweha katika 'Ncha ya kucha' ambapo mbogo anatisha kuyavamia na kuyaharibu makazi yake. Mazungumzo haya yamejaa lugha ya picha na hivyo kutuwezesha kuijenga taswira ya mazingira wanamopatikana wanyama hawa.

Mazungumzo ya aina hii pia yanapatikana katika shairi liitwalo 'Ajabu ya tungule' ambapo mshairi analikashifu tungule kwa kuoza nyakati za masika, kinyume na mimea mingine ambayo hunawiri nyakati hizo. Katika shairi liitwalo 'Majibu ya tungule' tunapata mmea ukihuishwa na kuzungumza na binadamu huku ukijitetea kwa kashifa alizotoa. Huu ni mfano wa mazungumzo ya kishairi baina ya binadamu na kitu.

Ngonjera zote pia huwa na wahusika wanaojibizana na kujadiliana juu ya jambo fulani. Mifano katika diwani hii inapatikana katika mashairi kama vile 'Vyama visiwe sababu', na 'Kifo mzingani' ambapo wahusika wanajibizana moja kwa moja kama wahusika katika tamthilia. Mgogoro unajengeka vyema na wahusika wananeneana kwa lengo la kupata suluhisho. Kwa mfano, katika 'Kifo mzingani' tunampata mhusika Mrina akiwa mashakani kwani Msasi na Nyuki wanampa mashauri yanayohitilifiana kiasi kwamba shairi linaishia kwa taharuki.

Mshairi pia anaweza kunena na watu wasio hai kupitia ushairi ujulikanao kama **taabili.** Katika tungo kama hizi mtunzi humlilia mtu au watu waliofariki kwa lengo la kudhihirisha mapenzi yake kwa mtu au watu hao. Katika shairi liitwalo 'Ingawa sikuwaona' mshairi anazungumza na babu na nyanya ambao hakufanikiwa kuwaona walipokuwa hai. Tazama jinsi anavyodhihirisha hisia zake katika ubeti huu:

> Huko mliko nitazameni
> Ninavyowalilia;
> Mnifute machozi
> Mniombee subira
> Kwani moyo waniuma
> Ninapowakumbuka
> Ingawa sikuwaona

Ushairi kwa jumla umejaa mazungumzo. Hili ni dhihirisho kuwa ushairi haujitengi kamwe na maisha ya kawaida ambapo watu hupashana ujumbe katika miktadha tofauti. Ushairi ni chombo imara cha kupashia ujumbe huu.

Mashairi ni maigizo

Uigizaji wa mashairi si jambo geni kwa wanafunzi. Mashairi hutumika katika sherehe kama tumbuizo, hasa yapatapo wakariri, waghani au waigizaji bora. Pia huwasilishwa katika hadhira mbalimbali yakiwa na dhima ya kuelimisha, kutahadharisha, kukosoa na kushauri, miongoni mwa dhima nyingine. Tamasha za kila mwaka za maigizo ni thibitisho tosha kwani mashairi ya kuigizwa, hasa na makundi huvutia sana kwa hadhira na kuufanya ujumbe wake kuifikia hadhira hiyo ipasavyo.

Mashairi, yawe ya arudhi au huru huigizika vyema kutegemea vipawa vya waigizaji, bila kujali iwapo ni yale ya ngonjera au la. Hata hivyo, ngonjera aghalabu huigizika kwa urahisi zaidi kutokana na mpangilio wake dhahiri wa wahusika. Mashairi kama vile 'Vyama visiwe sababu', 'Tokomea!', 'Kiu Chetu', 'Kifo mzingani' na ''Siniambae' yanaweza kuigizika vizuri kutokana na wahusika wake walio dhahiri na pia vitendo vyao.

Kumbuka kuwa waigizaji wa mashairi ni mbinu moja ya kuwafanya wanafunzi wayapende mashairi, kwani ni jambo linaloweza kutendwa ndani na nje ya darasa.

Mashairi ni masimulizi

Fasihi simulizi ya Kiafrika ambayo sasa imejumlishwa katika mtaala wa shule za upili imesheheni masimulizi. Ushairi na nyimbo kwa jumla ni kipera kilichotumika tangu jadi kuendeleza masimulizi kuhusu maswala mbalimbali ya kijamii. Tendi, ambazo ni tungo za kishairi zilitumika, na bado zatumika kusimulia historia ya watu mashuhuri, maisha yao na sifa zao. Mfano mwafaka wa tendi za kale ni **Utendi wa Fumo Liyongo** ambao husimulia juu ya shujaa Fumo Liyongo wa Waswahili.

Katika diwani hii, 'Utendi wa Masihi' unasimulia juu ya kuzaliwa kwa Masihi (Yesu Kristo), shughuli zake duniani, upinzani mkuu alioupata, kusalitiwa, kuuawa na hatimaye kufufuka kwake.

Masimulizi mengine yanapatikana katika mashairi kama vile 'Ruiri hakuna jangwa' na 'Jichagulie nikupe'. Mshairi anasimulia juu ya ndoto ya janga la njaa ambalo hatimaye linakabiliwa kupitia unyunyiziaji maji mashambani na pia juu ya viungo vya ng'ombe anavyomtaka mwanafunzi kujichagulia.

Shairi la 'Dau langu li salama' pia linasimulia juu ya safari ya maisha iliyojaa mashaka, kama inavyodhihirika katika ubeti wake wa nne:

Nilizidi tatizika, pia huko safarini
Bahari ilichafuka, 'kajikuta kilindini
Ikajiri patashika, ya mawimbi baharini
Nashukuru nyota yangu, dau langu li salama

Tofauti ya masimulizi ya kishairi na masimulizi ya kinathari ni kuwa yale ya kishairi yana mpangilio maalum wa beti na mishororo na pia lugha ya mkato. Tazama mifano katika mashairi kama vile 'Mataara' na 'Naitwaa yangu kamba'.

Mashairi ni vitendawili na chemshabongo

Vitendawili na chemshabongo au mafumbo hujitokeza sana katika fasihi simulizi. Hiki ni kijipera ambacho hupendwa sana na wanafunzi kwani huwafikirisha washiriki kuhusu mazingira wanamoishi na pia utatuzi wa maswala mbalimbali.

Yapo mashairi yaliyokusudiwa kuzichemsha bongo za wasomaji, ambapo fumbo hutolewa likidhamiriwa kufumbuliwa moja kwa moja au kupitia shairi lingine. Mifano katika diwani hii ni mashairi kama vile 'Msomi nifumbulie', 'Nyoka kumezana' na 'Kuku simfugi tena', miongoni mwa mashairi mengine. Katika baadhi ya mashairi haya mtunzi anawaomba watunzi na walimwengu kwa jumla wamfumbulie mafumbo yaliyomo ama wajifumbulie wenyewe.

Katika mashairi ya kimafumbo mshairi aghalabu hutumia sitiari au jazanda kama mbinu za kisanaa. Mifano katika diwani hii ni 'Kuku simfugi tena', 'Nguli sichi nduli' na 'Nyoka kumezana' ambapo wanyama wanawakilisha tabia za watu.

Yapo pia mashairi yaulizayo swali linaloweza kujibiwa kwa neno moja tu. Mfano mwafaka ni shairi liitwalo 'Haki nimtuze nani?'

Mwanafunzi anashauriwa kuyachukulia mafumbo haya kama mafumbo mengine yanayopatikana katika riwaya, tamthilia na hadithi fupi kwani ufumbuzi wake hauna tofauti kubwa.

Mashairi ni hazina ya lugha na utamaduni

Usomapo au kusikiliza mashairi utapata matumizi mbalimbali ya lugha kama vile misemo, methali, tanakalli za sauti, tashibihi na semi nyinginezo. Semi hizi ziwapo katika muktadha ufaao humwezesha msomaji kuupanua upeo wake wa msamiati pamoja na matumizi yake. Jambo hili linatosheleza mahitaji ya mtaala ambapo mfumo mseto wa ufundishaji husisitizwa. Kumbuka kuwa msamiati haufunzwi kama somo linalojitegemea bali hujitokeza katika matumizi, yakiwemo yale yaliyomo katika kazi za fasihi kama vile ushairi.

Matumizi kama haya yanapatikana katika shairi liitwalo 'Ncha ya kucha' ambapo neno kucha limetumika kwa maana mbalimbali. Ubeti wake wa nne unasema hivi:

Kama simba ningemcha, niyuaye zake kucha

Ela siwe ulo ncha, zilo butu kutwa kucha
Zisoweza kupekecha, lau ngeu kuiwacha
Sitakucha sitakucha, kuna ncha kwangu kucha

Neno ncha pia limetumika hapa kwa maana mbili. Zitazame maana hizo na ujaribu kuzieleza kwa mujibu wa shairi. Shughulikia pia matumizi mengine ya lugha na mbinu za sanaa katika mashairi mengine yaliyo katika diwani hii.

Mashairi pia yanaweza kugusia au kushughulikia kwa kirefu maswala ya utamaduni. 'Mila zitiwe mizani' ni mfano wa shairi linalozungumzia mila zenye maadili na kuzikashifu zile zilizopitwa na wakati. Hebu tuangalie beti za nne, tano na kumi:

Mila zenye maadili, hazifai kupuuzwa
Ziuliwe kikatili, miiko ipate vunjwa
Yatendwe yaso mithili, majuto yawe makubwa
Mila zitiwe mizani, zisiigwe kikatili

Tutukuze ngoma zetu, *msondo* na *isikuti*
Na mashairi ya kwetu, *kirarire* kila beti
Tusiwe waiga watu, yetu tukayasaliti
Mila zitiwe mizani, zisiigwe kikatili

Unyago ninakariri, kuipinga hino hila
Wasichana kutahiri, eti kudumisha mila
Huja kuleta hatari, haijalishi kabila
Mila zitiwe mizani, zisiigwe kwa upofu

Mila potofu ya ukeketetaji wa wanawake inapingwa vikali katika shairi liitwalo 'Tokomea!' Katika shairi la 'Githeri' mshairi anauchunguza utata wa mwanadamu apuuzaye kitu chake kilicho bora na kukimbilia cha wageni ambacho huenda kikawa duni. Mifano zaidi inapatikana katika mashairi kama vile 'Ni kiwanda kamilifu' na 'Epuka mapigo'.

Hitimisho

Kufikia hapa tunaweza kutambua kuwa ushairi wa Kiswahili unagusia nyanja zote za maisha ya mwanadamu. Ndani yake tunapata nyimbo, mazungumzo, vitendawili, chemshabongo na kaida mbalimbali za kitamaduni. Matumizi mbalimbali ya kugha pia yanajitokeza na hivyo kutuwezesha kujiongezea msamiati na kuutumia katika muktadha ufaao. Ushairi huu hauna chochote 'kigeni' kama wanavyohisi baadhi ya wanafunzi. Kilicho muhimu ni kujitahidi kujizoesha nao kwani ni sehemu ya maisha yetu.

MWONGOZO WA UCHAMBUZI

Kama tulivyotangulia kuona, ugumu wa ushairi ni dhana inayotegemea mawazo ya mwanafunzi. Mwongozo huu unanuiwa kumsaidia mwanafunzi pamoja na mwalimu kuvishughulikia baadhi ya vipengele muhimu vinavyozingatiwa katika uchambuzi wa mashairi.

Katika uchambuzi wa mashairi hatuwezi kamwe kupuuza mambo yafuatayo:
    i) Kichwa cha shairi
    ii) Dhamira ya mshairi
    iii) Maudhui/ujumbe
    iv) Bahari/aina ya shairi
    v) Tamathali za usemi/mbinu za lugha
    vi) Mbinu za sanaa
    vii) Uhuru/idhini ya ushairi
    viii) Lugha ya nathari/natharia
    ix) Msamiati

x) Muundo/umbo
xi) Wahusika
xii) Tasnifu/falsafa
xiii) Mazingira ya kiutunzi

Hebu taungalie kila kipengele kwa muhtasari.

Kichwa cha shairi

Huu ni muhtasari wa ujumbe uliomo katika shairi. Ili kulipa shairi kichwa mwafaka, usikimbilie kufanya hivyo kabla hujalisoma shairi zima na kulielewa kikamilifu. Katika shairi la arudhi, kichwa kinaweza kuwa sehemu ya kibwagizo (kama kipo), kibwagizo kizima au maneno yanayosisitizwa sana katika shairi. Katika shairi huru, kichwa kitatokana na ujumbe au pia maneno yanayokaririwa, bora tu yawe na mantiki.

Ni muhimu kutambua kuwa kichwa kinaweza kuwa neno moja au zaidi kutegemea ujumbe, bora tu kisipitishe maneno saba hivi.

Dhamira

Hili ni lengo, kusudi, azma au nia ya mshairi. Sawa na kichwa, huwezi ukalielewa lengo la mshairi kabla hujalisoma shairi kikamilifu. Dhamira hasa huwa ni kile kilichomsukuma mshairi kuiandika kazi yake. Hapa utajiuliza maswali kama haya:
- Je, mshairi alitaka kuiambia nini hadhira yake?
- Je, alitaka kuielimisha, kuikosoa, kuizindua au kuiburudisha?

Ili kuyajibu maswali haya vyema ni lazima ujiulize mshairi alikuwa katika hali gani ya kihisia alipokuwa akitunga. Kwa mfano, unapolisoma shairi linalodhihirisha kuwa mshairi alikuwa na hasira, ni wazi kuwa alidhamiria kulalamikia au kukosoa hali fulani.

Maudhui/ujumbe

Hizi ni mada au mambo muhimu yanayoelezwa katika kazi yoyote ya fasihi. Maudhui ni zao la dhamira, kwani ni katika kueleza alichodhamiria mwandishi ambapo maudhui hujitokeza. Kwa mfano, mwandishi anapodhamiria kuielimisha jamii kuhusu hatari za ugonjwa wa ukimwi panaweza kuzuka maudhui kama vile madhara ya ukimwi, jinsi ya kupambana nao, utunzaji wa walioathiriwa, ubaguzi au kilio cha waathiriwa.

Maswali ya maudhui yanapojitokeza katika mashairi mara nyingi huwa kama maswali ya ufahamu wa kawaida. Mwanafunzi anashauriwa kushadidia majibu yake kwa kutoa mifano mahsusi kutoka kwa shairi husika.

Usisahau kuwa mara nyingi maudhui hujikita katika migogoro iliyomo katika kazi yoyote ya fasihi, pamoja na utatuzi wake. Migogoro ni ile hali ya kutoafikiana baina ya pande mbili au zaidi. Mshairi anaweza kuujenga mgogoro kwa kuzua mawazo mawili au zaidi yanayokinzana. Pia anaweza kuwasawiri wahusika wasiokubaliana kuhusu jambo fulani.

Kumbuka kuwa utaweza kulijibu swali la maudhui kikamilifu baada ya kulisoma shairi na kulielewa badala ya kukimbilia kujibu baada ya kusoma ubeti mmoja au beti chache tu. Huenda ikawa kinachoulizwa kipo katika beti ambazo hukusoma na hivyo ukakosa kupata jibu kamili.

Bahari/aina ya shairi

Njia ya jumla zaidi ya kuyaainisha mashairi ya Kiswahili ni kuzingatia iwapo yametungwa kwa kuzingatia arudhi au la. Mtazamo huu huibuka na aina mbili kuu za mashairi, yaani mashairi ya arudhi na mashairi huru. Uainishaji huu umeelezwa mwanzoni na pia mwishoni mwa utangulizi huu.

Mashairi ya arudhi yana mipangilio yake maalum ambayo huyapa majina ya kipekee. Mipangilio hii inaweza kuelezwa kupitia vigezo vifuatavyo:

- Idadi ya mishororo katika kila ubeti
- Idadi ya vipande (migawo) katika kila mshororo
- Mpangilio wa vina
- Mpangilio wa mizani
- Urefu wa mishororo
- Mpangilio wa maneno
- Wahusika
- Maudhui/ujumbe

Ni kutokana na idadi ya mishororo katika kila ubeti ambapo tunapata mashairi ya aina ya tathmina (shairi lenye mshororo mmoja katika kila ubeti), tathnia au uwili (mishororo miwili), tathlitha/wimbo/utatu (mishororo mitatu) na tarbia/unne (mishororo mine). Mengine ni kama vile takhmisa/utano (mishororo mitano), tasdisa/usita (mishororo sita) na ukumi (mishororo kumi), ambayo baadhi yake yanapatikana katika diwani hii.

Kwa kuzingatia idadi ya vipande katika mishororo tunapata bahari kama vile tendi na mathnawi.

Tendi

Hizi ni tungo ndefu zilizo na kipande kimoja na aghalabu hutungwa kusimulia matukio ya kishujaa au kuwasifu mashujaa. Mfano katika diwani hii ni 'Utendi wa Masihi.'

Mathnawi

Haya ni mashairi yaliyo na vipande viwili katika kila mshororo. Kipande cha kwanza hujulikana kama **ukwapi** huku kipande cha pili kikiitwa **utao**. Mashairi mengi katika diwani hii, hasa yale ya tarbia yana mpangilio huu.

Kwa upande mwingine vina huzua aina ya shairi kutegemea mpangilio wake katika kila mshororo, ambapo kina kimoja kinaweza kutawala shairi zima au kikabadilika kutegemea uchaguzi wa mtunzi. Vina ni zile silabi za sauti za namna moja zinazotokea mwishoni mwa kipande cha mshororo, hususan katikati na/au mwisho wa kila mshororo wa shairi. Mashairi kama yale ya mtiririko, ukara na ukaraguni hutokana na mpangilio wa vina.

Mtiririko

Hili ni shairi ambalo vina vyake vya kati na vya mwisho huwa havibadiliki kuanzia ubeti wa kwanza hadi wa mwisho. Mifano katika diwani hii ni mashairi kama vile 'Mwenye kijungu mekoni', 'Mola nepushie', Kuwa wima', 'Vigogo' na 'Pendo limenisakama' ambayo vina vyake vinatiririka, kama lilivyo jina la ushairi wa aina hii.

Ukara

Katika shairi la aina hii, vina vya kati hubadilikabadilika katika kila ubeti ilhali vile vya mwisho havibadiliki tokea mwanzo hadi mwisho wa shairi. Mifano yake ni 'Migomo shuleni', 'Ndoto ya kiama' na 'Hoyee!'

Ukaraguni

Mashairi ya aina hii ni tofauti kidogo na yale ya ukara kwani vina vyake vya kati na vya mwisho hubadilikabadilika yakilinganishwa na ukara ambapo ni vina vya kati tu hubadilika. Tazama mifano katika mashairi kama vile 'Malenga nipokeeni', 'Nitaitwaje malenga' na 'Siondoki' miongoni mwa mengine.

Kwa upande mwingine vina na mizani huzua tendi au tenzi. Tungo za aina hii pia ni zao la ujumbe kwani tenzi hutumika kusimulia juu ya maswala ya kihistoria na maisha ya kishujaa. Hizi ni kama mighani au hadithi za kishujaa zisimuliwazo kupitia ushairi. Ndiposa nyingi zake zikawa ndefu, hata kufikia beti zaidi ya mia moja, kama ilivyo katika **Utendi wa Mwana Kupona** ilio na beti mia moja na mbili. **Utendi wa Fumo Liyongo** pia unazo beti mia moja na thelathini na nane. 'Utendi wa Masihi' ni mfano wa utendi katika diwani hii ambapo kila mshororo una kina kimoja na mizani nane. Tendi aghalabu huwa na kati ya mizani nane na kumi na mbili katika kila mshororo.

Mizani pia huzua **Kikai** ambapo kila mshororo huwa na mizani nne katika ukwapi na mizani nane katika utao. Shairi liitwalo 'Karamuni' ni mfano mwafaka. Hebu tuangalie ubeti wake mmoja:

Ni karamu, karamu iso mwaliko

Si haramu, isemwe ina vituko

Ni kaumu, wajao kwa changanyiko

    Karamu iso mwaliko

Katika ubeti huu, kipande cha kwanza kina mizani nne, cha pili kina mizani nane na kibwagizo pia kina mizani nane.

Shairi liwapo na mizani chache katika kibwagizo, au liwapo na kibwagizo kifupi kuliko mishororo mingineyo huitwa **Msuko**. Ubeti tulioangalia hapo juu ni mfano wa msuko.

Iwapo shairi litakuwa na mchanganyiko wa bahari kadha litaitwa **Sakarani**. Kwa mfano, shairi lenye mishororo minne iliyo na vipande viwili na pia kibwagizo kifupi ni **tarbia**, **mathnawi** na **msuko**. Kwa kuwa limechanganya sifa tatu za kiutunzi kwa mujibu wa idadi ya mishororo, vipande vyake na pia ufupi wa kibwagizo litaitwa sakarani. Shairi liitwalo 'Karamuni' ni mfano wa sakarani kwani limejumuisha tarbia, msuko, kikai, ukaraguni na mathnawi. Pia linayo sifa ya **Mandhuma** kwani ukwapi unatoa wazo huku utao ukitoa jibu, kama inavyodhihirika katika ubeti wa ufuatao:

Kwisha kazi, nyumbani hujirudia
Waziwazi, mengi wakiyawazia
Utatuzi, wasambe tukajulia
Karamu iso mwaliko

Ukawafi na **Tumbuizo** ni aina ya mashairi yenye vipande vitatu katika kila mshororo, yaani yana ukwapi, utao na mwandamizi. Katika ukawafi, idadi ya mizani katika kila kipande hutegemea ujuzi wa mtunzi. 'Upweke kundini' ni mfano wa shairi la ukawafi lenye mizani nane katika ukwapi, tatu katika utao na tano katika mwandamizi, isipokuwa katika kibwagizo ambacho kimefupishwa, na hivyo kuzua msuko. Kwa kifupi, shairi hili lina mpangilio huu:

8	3	5
8	**3**	**5**
8	3	5
	10	

Mashairi ya tumbuizo ni tofauti kidogo na ukawafi kwani licha ya kuwa na vipande vitatu, mizani

zake huwa chache katika kila kipande. Mpangilio wake
huwa hivi:

```
8    8    8
8    8    8
8    8    8
8    8    8
```

Mashairi ya aina hii huwa na mishororo mirefu yakilinganishwa na mashairi mengine kutokana na idadi kubwa ya mizani na vipande. Kwa mfano, kielelezo tulichoangalia hapo juu kina mizani ishirini na nne katika kila mshororo kikilinganishwa na tarbia ya kawaida ambayo huwa na mizani kumi na sita.

Pia zipo tumbuizo zenye kina kimoja ambazo hazijagawika katika beti bali hufululiza hadi mwisho. Lengo la tumbuizo, kama lilivyo jina lake ni kuburudisha.

Mpangilio wa maneno katika mishororo pia hulipa shairi muundo maalum. Mashairi ya **Pindu** na **Kikwamba** hutokana na mpangilio huu.

Pindu

Katika mashairi ya aina hii, neno au maneno yanayomalizia ubeti ndiyo huanzia ubeti unaofuatia na hivyo kulifanya shairi kuwa rahisi kukaririwa au kuimbwa. Hili huwezekana kwa kuwa ubeti uliotangulia hukuongoza kwa ubeti unaofuatia. Mifano ya pindu katika diwani hii ni 'Mola nepushie' na 'Pendo limenisakama'.

Kikwamba

Mashairi haya huwa na takriri ya neno, ambapo neno moja maalum huanzia kila mshororo wa ubeti. Mshairi hudhihirisha ubingwa wake wa lugha pamoja na kusisitiza ujumbe fulani katika shairi husika. Neno linalokaririwa pia linaweza kuwa na maana kadha na hivyo kumwezesha mshairi kufunza msamiati kupitia ushairi. Kwa mifano katika diwani hii tazama mashairi kama vile 'Siasa', 'Hoyee!' na 'Kuwa wima'. Shairi liitwalo 'Githeri' pia ni aina ya kikwamba ambapo neno githeri linaanzia mshororo wa kwanza katika kila ubeti.

Wahusika katika shairi

Wahusika wanaweza kufasiliwa kama watu, wanyama au vitu vinavyotumiwa na msanii kuwasilishia ujumbe wake. Hawa huwa wawakilishi wa binadamu katika maisha halisi kwani msanii huwafanya kuongea, kutenda mambo na kudhihirisha hisia za kibinadamu.

Katika uainishaji wa mashairi, tunaweza kuitambua aina ya shairi kutokana na wahusika waliotumiwa. Mfano dhahiri ni mashairi ya ngonjera ambapo wahusika wake huwa kwa kiasi fulani kama wahusika katika tamthilia. Wahusika hawa hujadiliana kwa lengo la kupata suluhisho au kupasha ujumbe fulani. Mifano ya ngonjera katika diwani hii ni 'Vyama visiwe sababu' na 'Kifo mzingani'.

Njonjera ni tofauti na **malumbano**. Katika malumbano lengo la mshairi aghalabu haliwi kupata suluhisho bali kuzua mgogoro na mjadala mrefu ambao huishia bila kupata suluhisho. Washairi pia hulumbana kwa lengo la kuonyeshana ubingwa. Mshairi anaweza kuwatumia wahusika wanaolumbana katika shairi kama inavyodhihirika katika mashairi kama vile 'Ajabu ya tungule' na 'Utetezi wa tungule'.

Kumbuka pia kuwa wahusika mashujaa hupatikana katika tendi au mashairi yoyote ya kimasimulizi, hata ingawa kuna mashairi mafupi yenye wahusika muhimu watumiwao na washairi kuelezea mawazo yao.

Kuna mashairi yaliyo na wahusika wasio dhahiri kwani hawakutajwa moja kwa moja kama walivyo katika ngonjera. Mifano yake ni 'Kiu chetu', na 'Siniambae'. Mashairi haya yanadhihirisha kuwa wahusika katika mashairi hawatumiki tu kuonyesha aina ya shairi bali pia huonyesha migogoro iliyoko baina ya wanajamii na hivyo kuendeleza maudhui mahsusi.

Fani

Fani hujumlisha mbinu za lugha na sanaa. Mbinu za lugha pia huitwa tamathali za usemi na hujumlisha matumizi ya methali, misemo, tashbihi, tanakali za sauti na istiari, miongoni mwa mbinu nyingine. Mbinu za sanaa ni kama vile mbinu rejeshi, majazi, taharuki, ndoto/njozi na taswira. Katika diwani hii kuna maswali ya mazoezi yatayokusaidia kupata mifano mingi iwezekanavyo kutoka kwa mashairi yaliyomo.

Uhuru/idhini ya kishairi

Mshairi huwa huru kuzikiuka kanuni za lugha atungapo, kinyume na ilivyo katika maandishi ya nathari na hivyo kumwezesha kutosheleza baadhi ya mahitaji ya kishairi hasa urari wa vina na mizani. Uhuru huu huzua mbinu zifuatazo:

i) Inkisari
ii) Mazida
iii) Tabdila
iv) Kubananga sarufi
v) Utohozi
vi) Matumizi ya msamiati wa kikale na kilahaja.

Inkisari ni mbinu ya kuyafupisha maneno. Asili yake ni neno muhtasari. Aghalabu maneno yaliyofupishwa hutambuliwa kwa matumizi ya ritifaa ambayo huonyesha kuwa pana herufi iliyoachwa ili kupunguza mizani. Mifano yake ni kama vile 'siulizwe badala ya nisiulizwe, *n'nani* badala ya *ni nani* na *zi'lonisonga* badala ya *zilizonisonga*.

Mazida ni neno linalotokana na neno ziada. Katika mbinu hii neno hurefushwa ili kuongeza mizani. Mifano yake ni kama vile *nimtambuwe* badala ya *nimtambue*, *majambo* badala ya *mambo*, *mukipatacho* badala ya *mkipatacho* na *walikimwita* badala ya *walimwita*.

Mbinu ya tabdila imetokana na neno badala au badili. Neno hubadilishwa umbo lake la kawaida kwa kuondoa silabi au herufi fulani na kuweka nyingine ili kutosheleza vina. Kwa mfano, katika shairi liitwalo 'Mataara' maneno *kuchakulo* na *hera* yametumika badala ya *kuchakuro* na *hela* ili kutosheleza kina cha *lo* na *ra* mtawalio.

Mshairi pia anao uhuru wa 'kuichezea' sarufi au kubananga sarufi ambapo sheria za sarufi hukiukwa wakati wa utunzi. Maswala kama yale ya ngeli za nomino hayatiliwi maanani. Hebu tutazame mifano hii:

Kubananga sarufi	*Lugha sanifu*
Pasi woga natamka	Natamka bila woga
Walimu mwawatukana	Mwawatukana walimu
Mtowe yenu mawazo	Mtoe mawazo yenu

Wakati mwingine mshairi anaweza 'kuyaswahilisha' maneno kutoka kwa lugha kama vile Kiingereza au lugha nyingine za kigeni au hata za Kiafrika na kuyapa muundo wa msamiati wa Kiswahili. Mbinu hii hujulikana kama *utohozi* na hutumika pale mshairi hapati kisawe cha neno husika katika Kiswahili au kwa sababu za kutosheleza vina au mizani. Mshairi anaweza pia kutohoa maneno kama mtindo wake wa kiutunzi.

Mifano	
Sinti	Saint
Mapolisi	Police
Karoti	Carrots

Siku hizi pia yapo mashairi yaliyo na msamiati wa Sheng, ambao ni mseto wa lugha ya Kiswahili, Kiingereza na lugha nyinginezo, kutegemea mazingira ya mnenaji. Huenda ukakumbana na msamiati kama 'keroro' (pombe), 'mahewa' (muziki), 'beste' (rafiki) na mengine mengi katika mashairi ya siku hizi.

Msamiati wa kikale na wa kilahaja pia hupatikana katika mashairi mengi. Kikale, ambacho pia huitwa Kingozi ni Kiswahili cha zamani ambacho hakitumiki wakati huu. Hebu tuangalie mifano hii:

Kikale	Sanifu
Maninga	macho
Uya	rudi/rejea
Ima	simama
Ng'andu	dhahabu

Lahaja kama zile za Kiamu (isemwayo Lamu), Kimvita (Mombasa) na Kiunguja (Unguja) hutumika sana katika mashairi. Lahaja ya Kiunguja ndiyo iliyosanifishwa na kuwa lahaja rasmi. Mifano ya Kiamu na Kimvita ni hii:

Lahaja	Sanifu
Moya (Kiamu)	moja
Nana (Kiamu)	bibi
Nduu (Kiamu)	ndugu
Iwe (Kiamu)	jiwe
Vunda (Kimvita)	vunja
Kitwa (Kimvita)	kichwa
Tinda (Kimvita)	chinj

Kuhusiana na msamiati kwa jumla, mtahiniwa hutakiwa kueleza maana yake kutokana na jinsi ulivyotumika katika shairi. Hata unapolikuta neno ulilozoea matumizi yake, sharti uzingatie jinsi mshairi alivyolitumia kwani huenda ikawa amelitumia kimafumbo au kwa maana tofauti na ile uliyozoea. Iwapo utakuta msamiati mpya kabisa ambao hata haupatikani katika kamusi, jaribu kukadiria matumizi yake na kuikisia maana kulingana na muktadha. Kumbuka pia kuwa unaweza kuulizwa uandike visawe vyake au hata maneno yenye maana kinyume na maneno yaliyotumika.

Kuandika kwa Lugha ya Nathari

Lugha ya nathari ni lugha ya mtiririko au ya kawaida kama inayopatikana katika maandishi ya kawaida katika riwaya, tamthilia au hadithi fupi. Unapoulizwa kuandika kwa lugha hii, zingatia mambo yafuatayo:

- Ondoa mpangilio wa beti uzingatiao mishororo
- Ondoa vina na mizani
- Andika maneno yaliyozingatia uhuru wa kishairi kwa lugha sanifu
- Hakikisha sentensi zako zinazingatia kanuni zote za sarufi
- Usiondoe tu vina na mizani kisha ukafululiza mishororo bali uziandike hoja zilizomo kwa nafsi ya mshairi.

Hebu tuangalie ubeti ufuatao kutoka kwa shairi liitwalo 'Ni kiwanda kamilifu':

Humtunza wake bwana, usiku pia mchana
Akalisha wake wana, kwa malezi ya kufana
Pumziko yeye hana, mithiliye ni kitwana
Ni kiwanda kamilifu, mama hana mfanowe

Ubeti huu unaweza kuandikwa kwa lugha natharia kama ifuatavyo:

Humtunza mume wake usiku na mchana na pia
kuwalisha watoto wake kwa malezi mema.
Yeye hapumziki kwani huwa kama mfanyikazi
wa nyumbani. Mama ni kiwanda kamili na
hakuna anayeweza kufananishwa naye.

Unapoandika kwa lugha ya nathari usianze
kwa maneno kama 'Mshairi anasema kuwa...' Badala
yake jitie katika nafsi ya mshairi na uyaandike maneno
hayo kana kwamba yalikuwa maneno yako halisi,
kama inavyodhihirika katika mfano tuliotoa hapa.

Muundo au umbo la shairi

Unapolikuta swali linalokutaka kueleza umbo au
muundo wa shairi zingatia mambo haya:
1. idadi ya beti katika shairi zima
2. idadi ya mishororo katika kila ubeti
3. idadi ya vipande/migawo katika kila mshororo
4. vina (vionyeshe waziwazi)
5. mizani (onyesha idadi)
6. kibwagizo (kama kipo kinukuu)
7. Mpangilio wa maneno katika kila mshororo, kwa mfano kama kuna neno linaloanzia kila mshororo au kama neno au kifungu kinachomalizia mshororo mmoja ndicho kinachofungua mshororo unaofuatia.

Ni vyema kutambua kuwa muundo au umbo
la shairi huhusisha mambo yanayoonekana waziwazi,
hata bila ya kulisoma na kulielewa shairi. Alama za
swali kama hili huwa za bwerere!

Tasnifu/falsafa

Haya ni maoni ya mwandishi kuhusu maudhui aliyoshughulikia. Huu hasa ni mtazamo wake kuhusiana na tatizo alilojadili pamoja na utatuzi wake. Hapa utajiuliza maswali haya: Je, mwandishi anapendekeza jambo fulani litendwe vipi? Ni suluhisho gani analotoa au kupendekeza kupitia shairi lake? Kwa mfano, katika shairi liitwalo 'Kulla muavya mimbaye' mshairi anaonelea kuwa tatizo la uavyaji ni msiba wa kujitakia. Anapendekeza kuwa wahasiriwa wasikae tu na kushika tama bali wawashauri wenzao ambao hawajatumbukia katika uozo huu dhidi ya kujiingiza katika uzinifu. Pia anaonelea kuwa kuomba msamaha kwa Mola kutamwondolea mhasiriwa machungu yamwandamayo. Huu ni mfano wa tasnifu ya mshairi.

Siku hizi pia kumeibuka mtindo wa kuuliza maswali ambapo mwanafunzi anatakiwa kutoa maoni yake kuhusiana na jambo lililojadiliwa katika shairi, hasa kuhusiana na maswala ibuka. Haya ni mambo au matukio yanayoathiri jamii na ambayo baadhi yake hujitokeza katika vyombo vya habari mara kwa mara. Mifano yake ni kama vile visa vya ubakaji, dhuluma kwa mtoto wa kike kwa jumla, uchafuzi wa mazingira, siasa za wakati huo na utumiaji wa mihadarati, miongoni mwa maswala mengine nyeti. Ni juu ya mwanafunzi kuhakikisha kuwa hapitwi na mambo yanayoendelea katika jamii yake.

Matatizo katika kujibu maswali ya ushairi

Mashairi ya arudhi huwatatiza wanafunzi hasa wanapojibu maswali yanayohusiana na mambo yafuatayo:
- aina/bahari ya shairi
- lugha ya nathari
- msamiati uliotumika

- istilahi za kishairi kwa jumla

Wanafunzi wanashauriwa kusoma mashairi mengi iwezekanavyo na pia kufanya mazoezi ya aina mbalimbali za maswali. Msaada wa walimu wao utawafanya kuyafahamu maswala haya vilivyo. Sehemu ya 'sherehe' katika kitabu hiki pia itawasaidia kuuelewa baadhi ya msamiati wa kishairi.

MASHAIRI HURU

Mwanafunzi anapaswa kujitahidi kuelewa sio tu mashairi ya arudhi bali pia mashairi huru. Unapoyashughulikia mashairi huru kumbuka mambo yafuatayo:

a. Yanaitwa mashairi huru kwa kuwa hayakujifunga na arudhi za kishairi.
b. Haya si mashairi guni. Guni ni kasoro au dosari katika mashairi ya arudhi. Katika mashairi huru mshairi hakushindwa kuzingatia arudhi bali amekusudia kuyatunga mashairi hayo jinsi yalivyo.
c. Mashairi haya si duni yakilinganishwa na mashairi ya arudhi. Maudhui yaliyomo na maswala yote ya lugha na sanaa ni muhimu.
d. Mashairi haya yametokana na mabadiliko ya kawaida ambayo huzikumba tanzu na vipera vyote vya fasihi, iwe andishi au simulizi.

Sifa za Mashairi Huru

i) Hayana mpangilio maalum wa vina, mizani au idadi maalum ya mishororo katika kila ubeti.
ii) Urefu au ufupi wa mishata (mishororo) ni chaguo la mshairi, kutegemea maudhui au umbo atakalolichagua.

iii) Hayana majina maalum ya bahari au aina kama vile tarbia au takhmisa.
iv) Si lazima yawe na kibwagizo.
v) Yanaweza kutumiwa kutungia mada yoyote, kinyume na mashairi ya kikale ambapo tenzi zilitengewa kumbukumbu za mashujaa.
vi) Yana umbo la nje na la ndani. Umbo la nje ni kama vile idadi ya mishororo na mpangilio wake maalum kutegemea mtunzi. Umbo la ndani (mtindo) ni kama vile matumizi ya takriri na mbinu nyingine za lugha na sanaa.
vii) Yana mdundo wa kishairi licha ya kutojifunga na arudhi. Hata hivyo, huenda yasiimbike kwa urahisi.

Mifano ya mashairi huru katika diwani hii ni kama vile 'Ingawa sikuwaona', 'Hatia ya wizi', 'Silaumu bomu' na 'Tokomea!' Mengine ni 'Kiu chetu', Nitapanda Kirimara', 'Kifo mzingani' na 'Siniambae', ambayo yanaweza kuchambuliwa kwa kuzingatia mwongozo tulioutoa hapa.

Fani katika mashairi huru

Kama tulivyotangulia kusema, mashairi haya yamejaa tamathali za usemi na mbinu za sanaa sawa na mashairi ya arudhi. 'Kifo mzingani' ni ngonjera kamili inayoweza kukaririwa na kuigizwa vyema. Mgogoro umejengeka vyema na utatuzi wake kupatikana. Tazama jinsi matumizi ya takriri yanaweza kusaidia katika utendaji wa shairi hili. Pia shairi liitwalo 'Siniambae' lina mdundo wa kipekee uliorutubishwa na takriri ya silabi mwishoni mwa kila mshororo.

Takriri

Hii ni sifa kuu ya mashairi huru. Kuna aina kadha za takriri kama ifuatavyo:

- takriri silabi
- takriri neno
- takriri wazo
- takriri kifungu

Katika takriri neno, zingatia neno au maneno yanayorudiwa katika shairi hilo. Takriri silabi huhusu silabi zilizorudiwarudiwa, sawa na vina katika mashairi ya arudhi. Zingatia pia wazo au ujumbe unaosisitizwa katika ubeti baada ya mwingine, hasa kwa kuchunguza jambo linalojitokeza katika mishororo au beti kadha.

Lengo kuu la kutumia takriri ni kusisitiza ujumbe au kuleta mdundo fulani.

Maswala mengine ya dhamira, maudhui, tasnifu lugha na sanaa yashughulikiwe kama yanavyoshughulikiwa katika mashairi ya arudhi.

Hitimisho

Diwani hii imenuiwa kuwapa wapenzi wa mashairi nafasi ya kuutalii ushairi wa Kiswahili na kuufahamu kwa kina. Itawafaidi, sio tu wale wanaojitayarisha kwa mitihani mbalimbali bali hata walimu wa somo la Kiswahili katika viwango vya shule za upili na vyuo.

Sura ya Kwanza

Shajara ya Mshairi

MALENGA NIPOKEENI

1. Malenga walosifika, mwanenu nipokeeni
   Ukumbini nimefika, kutunga yalo moyoni
   Naomba kukubalika, sio bara hata pwani
   Sijakuwa mshairi, ningali bado njiani

2. Sijakuwa mshairi, nitunge duramandhuma
   Naanza yangu safari, ndio gari languruma
   Naomba iwe ya heri, nifike nili salama
   Sijakuwa mshairi, ningali bado njiani

3. Ushairi si muuja, wajua Uswahilini
   Nasi bara tumekuja, kukabili mtihani
   Tukifuzu ndio tija, apendapo wa mbinguni
   Sijakuwa mshairi, ningali bado njiani

4. Ahmedi Nabahani, malenga na mtafiti
   Ungiaye isimuni, kuunda msamiati
   Umo wangu mtimani, zisome zangu baiti
   Sijakuwa mshairi, ningali bado njiani

5. Hassani Mwalimu Mbega, mlumbi sijakutenga
   Ufundio nimeiga, ndio dira nikitunga
   Diwanio sijaaga, **Dafina ya Umalenga**
   Sijakuwa mshairi, ningali bado njiani

6. Abdalla wa Mwasimba, uloghani redioni
   Ama Mola kakuumba, na kinanda ki kooni
   Wambiwapo leo tamba, hata ngano utaghani
   Sijakuwa mshairi, ningali bado njiani

7. Ndugu Saidi Karama, miye nawe hatu mbali
   Tungo zako nimesoma, **Urembo wa Kiswahili**
   Natambua yake dhima, kuhubiri maadili
   Sijakuwa mshairi, ningali bado njiani

8. Ahmedi Mohamedi, Saidi ni lako jina
   Mtunzi aloshadidi, maisha kusaka kina
   Na ya ndani kubaidi, jicho kiona bayana
   Sijakuwa mshairi, ningali bado njiani

9. Mathiasi Mnyampala, namtaja kwa tamati
   Walobaki ni risala, katu nde siwaati
   Walopo na walolala, nawapa yangu saluti
   Sijakuwa mshairi, ningali bado njiani

10. Nanyi wanamapinduzi, Kezilahabi na Mberia
    Tafuteni ugunduzi, mbinu mpya kutungia
    Msikwazwe na gombezi, hakuna cha kujutia
    Sijakuwa mshairi, ningali bado njiani

11. Walimu sijawaata, Kaimenyi huko Chuka
    Murugu naye Nkanata, Kanyakine 'lisifika
    Mwirigi heko nafata, arudhi nikazishika
    Sijakuwa mshairi, ningali bado njiani

12. Mgogoro naupinga, wa kunga za kutungia
    Tungo huru nilotunga, ni usomi kuchangia
    'Siwe kero kwa malenga, tungo zenu naridhia
    Sijakuwa mshairi, ningali bado njiani

Maswali

1. Fafanua dhamira ya mshairi.

2. Unadhani ni kwa nini mshairi amewataja washairi mbalimbali katika shairi hili?

3. Katika ubeti wa tano, saba na nane mshairi ametaja au kudokeza diwani kadha. Andika majina kamili ya diwani hizo, kisha uzitafute na kuyasoma mashairi yaliyomo.

4. Mshairi amegusia aina mbili kuu za mashairi, yaani mashairi huru na mashairi ya arudhi. Kwa kurejelea mifano katika diwani hii, eleza tofauti kuu za mashairi haya kwa mujibu wa muundo na mtindo.

NITAITWAJE MALENGA?

1. Sio sifa kujisifu, ngoja watu wakusifu
   Wakuvike utukufu, na kasoro kusadifu
   Wakufanye maarufu, wajuao kusanifu
   Nitaitwaje malenga, hali lugha najifunza?

2. Swali hili 'siulizwe, "wewe ni malenga nani?"
   Ama hili nitakiwe, "unaishi wapi pwani?"
   Kwetu bara kusitajwe, nionyeshe kwa ramani
   Nitaitwaje malenga, hali lugha najifunza?

3. Kutapa ndimi malenga, mzaliwa ni Wameru
   Ndimi bingwa wa kutunga, toka rika la Kaburu
   Huku Mbega namuiga, ni sanaa ninodhuru
   Nitaitwaje malenga, hali lugha najifunza?

4. Kwamba "hizi zangu tungo, hazina chake kifani
   Maudhui na malengo, ndio mwanzo nayabuni"
   Nastahili kifungo, na mboko makalioni
   Nitaitwaje malenga, hali lugha najifunza?

5. Ama "hazina makosa, hizi zangu kanyooka
   Nimezipiga msasa, kisha rangi kuzipaka"
   Usomapo kiyakosa, jua zako zimeruka
   Nitaitwaje malenga, hali lugha najifunza?

6. Sijisifu kwa mtindo, kwamba mpya nimezua
   Nigambe changu kifundo, mwengine hatofundua
   Waji waji na zivindo, kwazo nije jiketua
   Nitaitwaje malenga, hali lugha najifunza?

7. Tamathali nazo pia, niseme ni kochokocho
   "Jazanda kasawiria, kila utupapo jicho
   Utasoma 'kirudia, kung'amua nisemacho"
   Nitaitwaje malenga, hali lugha najifunza?

8. Umalenga kujitwika, kwamba nimo kitabuni
   Malenga wanotajika, nao wataitwa nani?
   Ama ndo kupambazuka, kung'ang'ania sukani?
   Nitaitwaje malenga, hali lugha najifunza?

9. Nitakuwaje malenga, mtoto ninotambaa
   Ninojifunza kutunga, kijiji sijasambaa
   Nisifike mpaka Tanga, vitongoji na mtaa
   Nitaitwaje malenga, hali lugha najifunza?

10. Lugha ninayotungia, maneno nayabambanya
    Kiwango sijafikia, kutamba ninaimanya
    Kianza kuiringia, ewe dhamiri nikanya!
    Nitaitwaje malenga, hali lugha najifunza?

11. Hino lugha Kiswahili, masomoni kaikuta
    Chini yake muwavuli, utunzini kajivuta
    Sijapata kwelikweli, sarufiye nikafata
    Nitaitwaje malenga, hali lugha najifunza?

12. Ya msingi nilianza, ya upili hadi ndaki
    Kwa juhudi kajifunza, tanzu nyingi kishiriki
    Mitihani nikifanza, na sijaja kudiriki
    Nitaitwaje malenga, hali lugha najifunza?

13. Ninazidi kutafiti, kisafiri hata Lamu
    Darasani nikiketi, hino lugha nifahamu
    Kwa vitabu na gazeti, na jarida nikidumu
    Nitaitwaje malenga, hali lugha najifunza?

14. Ni wengi walonipiku, Kinoti sijitangazi
    Waandishi wa mabuku, washairi wateuzi
    Wasotunga pukupuku, mbele yao sijiwezi
    Nitaitwaje malenga, hali lugha najifunza?

15. Si tenzi si mashairi, zifikiazo za Fumo
    Za kale nikikariri, Mwanakupona yu mumo
    Kijitwika uhodari, tawa mwanzo wa mkwamo
    Nitaitwaje malenga, hali lugha najifunza?

16. Zisomeni zangu tungo, muwaze na kuhakiki
    Muchague na vitengo, mijadala vishiriki
    Vitoe yao michango, vihukumupo kwa haki
    Mkinipa umalenga, wasomi 'tanishangaza!

17. Wala hili silisemi, kanukulu washairi
    Huno kamwe si usomi, mwajua zake hatari
    Kwake hizo kujihami, ningetunga kwa nathari
    Michezo niwe natunga, na riwaya 'kicharaza!

Maswali

1. Taja sababu zote zinazomfanya mshairi kusema kuwa bado hajakuwa mshairi.
2. Iandike methali itakayofafanua ujumbe ulioko katika ubeti wa kwanza.
3. Ni mambo gani anayosema mshairi kuwa hawezi kujivunia?
4. Kwa mujibu wa shairi, ni juhudi zipi alizofanya mshairi ili kujimudu kishairi?
5. a) Wataje washairi wawili maarufu wa zamani waliotajwa katika shairi hili.

    b) Ni washairi gani maarufu wa siku hizi unaowafahamu? Iwapo wamechapisha diwani zitaje.

    c) Kwa kurejelea magazeti na majarida ya Kiswahili, wataje washairi wengi iwezekanavyo ambao mashairi yao yamechapishwa humo. Yasome mashairi hayo kwa kina na ujaribu kujitungia maswali kutokana nayo.

MOLA NEPUSHIE

1. Ewe Mola nepushie, haya ninayokutuma
   Njia unitakasie, angavu nije tazama
   Giza uniepushie, mbele yangu pia nyuma
   Mabaya sijakutuma, ewe Mola nepushie

2. Ewe Mola nepushie, shamba hili kulilima
   Baraka zinishukie, "Laiti" nikome sema
   Kizuri nijivunie, nile bila kulalama
   Shamba tasa kulilima, ewe Mola nepushie

3. Ewe Mola nepushie, huko nyuma kutazama
   Mashavu nijishikie, moyo ukinitetema
   Huzunini nijitie, 'kiwaza yalonandama
   Mshituko wa mtima, ewe Mola nepushie

4. Ewe Mola nepushie, zilonisonga dhuluma
   Utuvu unipatie, moyo nipoze daima
   Na kisha unijalie, niwe mja wa huruma
   Mawazo yaso hekima, ewe Mola nepushie

5. Ewe Mola nepushie, wahitaji kuwanyima
   Kilopo niwagawie, kwa kibaba nikipima
   Walapo wajishibie, kama manna ulotuma
   Mkono ulokunjama, ewe Mola nepushie

6. Ewe Mola nepushie, ufisadi na lukuma
   Halali nijipatie, sicho kiloliwa njama
   Jangani nitumbukie, mashakani nije kwama
   Uchumi ulo kilema, ewe Mola nepushie

7. Ewe Mola nepushie, uyabisi wa mtima
   Maonyo niyasikie, ninapousiwa mema
   'Siwe ndimi nijuae, ulimwengu kusukuma
   Uneni uso hekima, ewe Mola nepushie

8. Ewe Mola nepushie, ndotombi zenye zahama
   Maovu ziashirie, kwa tamaa nije toma
   Mtego unifungie, kidole nije kuuma
   Tamaambi kunituma, ewe Mola nepushie

9. Ewe Mola nepushie, kulimia kiserema
   Kwa pupa nitazamie, kujaza ghala mtama
   Miuja isitimie, nipange fanya hujuma
   Kuvuna nisicholima, ewe Mola nepushie

10. Ewe Mola nepushie, kwa elimu nilosoma
    Maovu sishikilie, maadili nikahama
    Daima nijichujie, cha kumeza na kutema
    Kumeza kinonikwama, ewe Mola nepushie

11. Ewe Mola nepushie, marafiki waso wema
    Watakao nichukie, wengineo hata mama
    Laanani wanitie, toka sasa na kiyama
    Hata ndugu asopima, ewe Mola nepushie

12. Ewe Mola nepushie, ndoa ilopata homa
    Kayaya sijitwalie, msi haya na heshima
    Chungu meko nichumie, afujavyo darahima
    Kesho asiyetazama, ewe Mola nepushie

13. Ewe Mola nepushie, uzazi uso rehema
    Nao wana nijalie, wakuchao e Karima
    Wakue wakuimbie, na Kitabu kukisoma
    Ibilisi kuandama, ewe Mola nepushie

14. Ewe Mola nepushie, maisha ya kulalama
    Ya tija nihesabie, nitende yalo lazima
    Na ziada isalie, iwafae walo nyuma
    Ubahili wa kinyama, ewe Mola nepushie

15. Ewe Mola nepushie, hangaiko la mtima
    Ifikapo nijifie, siku yangu ya kiyama
    Enzi yako niingie, milele hata daima
    Jahanamu kuinana, ewe Mola nepushie

Maswali

1. Taja mambo yote mazuri na mabaya aliyoomba mshairi ili Mola amjalie au kumuepushia.
2. Fafanua ujumbe ulioko katika ubeti wa 8 na 9. Je, beti hizi zina funzo gani?
3. Shairi hili liko katika bahari gani?
4. Lichambue shairi hili kikamilifu kwa upande wa mtindo
5. Kama ungekuwa mshairi huyu ni mambo gani ungeomba
    a) Kuepushiwa?
    b) Kujaliwa?
6. Andika ubeti wa 12 kwa lugha natharia.
7. Fafanua msamiati ufuatao kama ulivyotumika hapa.
    i) Zilonisonga
    ii) Lukuma
    iii) Uyabisi wa mtima
    iv) Ndotombi
    v) Kiserema
    vi) Kayaya

MBONA HIVI?

1. Waja hebu nambieni, nambieni nifahamu
   Liwashalo mtimani, mtimani likadumu
   Nipeni yenu maoni, maoni yasohukumu
   Hamwishi kuniandama, ndugu nawahusu nini?

2. Waja nimefanya nini, kiwapacho hamu hino
   Ya kutaka kunihini, kunipeleleza mno
   Hali nisijue nini, kiletacho mnong'ono
   Hamwishi kuniandama, ndugu nawahusu nini?

3. Waja nitendapo wema, hamwishi kunikashifu
   Kwa maneno hima hima, yasokuwa na turufu
   Maneno msiyopima, yalojawa na harufu
   Hamwishi kuniandama, ndugu nawahusu nini?

4. Waja mwanitia kicho, na huzuni isokwisha
   Kiwi yaniziba macho, nisitamani maisha
   Nijuzeni kiwalacho, hili miye lanitosha
   Hamwishi kuniandama, ndugu nawahusu nini?

5. Waja lawahusu nini, nisemalo na kutenda
   Kila ninachotamani, hamnachi nikatenda
   Hunendea chini chini, nitendalo likavunda
   Hamwishi kuniandama, ndugu nawahusu nini?

6. Waja mwatilia chuki, masahibu wanitoke
   Njama zenu washiriki, lenu tengo lipanuke
   Mkae mnidhihaki, nyoyo zenu ziridhike
   Hamwishi kuniandama, ndugu nawahusu nini?

7. Waja nipatapo changu, hung'ang'ana kukihodhi
   Mninyime langu fungu, hajangu lisije kidhi
   Mzidi nifata tangu, 'kitaka nishuke hadhi
   Hamwishi kuniandama, ndugu nawahusu nini?

8. Waja yenu siyajali, maongofu au mawi
   Mtendayo hukubali, mhakiki miye siwi
   Yangu yani mwakabili, kuyatia usodawi?
   Hamwishi kuniandama, ndugu nawahusu nini?

9. Waja miye nimechoka, hilo sichi kuungama
   Masuto yanonifika, moyoni yamenifuma
   Nisije nikaridhika, hadi siku ya kiyama
   Hamwishi kuniandama, ndugu nawahusu nini?

10. Waja mwafaidi nini, mjipapo udakuzi
    Ya wenzenu kutamani, mkawa wapelelezi
    Yenu 'kifungia mboni, 'kiyaruka kama mbuzi
    Hamwishi kuniandama, ndugu nawahusu nini?

Maswali

1 (a) Kwa maneno yako mwenyewe eleza waziwazi kwa nini haifai kujitia katika mambo ya watu wengine.

(b) Jadili kwa tafsili maudhi yampatayo mshairi.

(c) Zitaje baadhi ya sifa zinazoambatana na aina ya watu wanaojadiliwa katika shairi hili.

(d) Jadili umuhimu wa kibwagizo katika shairi hili.

2. Eleza maana ya maneno yafuatayo kwa mujibu wa shairi

a. kunihini
b. turufu
c. kicho
d. kukihodhi
e. usodawi

MATAARA

1. Ni shairi la mapisi, sio ngano ninatamba
   Za sungura nao fisi, dikidiki wala simba
   Ninaghani zangu hisi, kwani mengi kanikumba
       Sitosahau Mataara

2. Mataara ni kijiji, huko Mkoani Kati
   Si mbali kutoka jiji, miji mingi haupiti
   Hilo pweke lafariji, utazamapo kwa dhati
       Sitosahau Mataara

3. Kamwangi ni tarafaye, kata nayo ni Chania
   Na Kiambu nikwambiye, ndo kaunti maridhia
   Nanasi na utamuye, ndiko Thika tapitia
       Sitosahau Mataara.

4. Mwaka tisini na nne, baridini la Julai
   Ishirini na thinine, ni tarehe ilo hai
   Ilofanya nipaone, Mata'ra nisotumai
       Sitosahau Mataara

5. Niliupata waraka, kwa ghamu sisemi hamu
   Ulotangaza baraka, na habari tamu tamu
   Kwamba nyota imewaka, kapata kazi ghulamu
       Sitosahau Mataara.

6. Lichaye zake baraka, nilitanzwa nalo jambo
   Waraka ulinitaka, nilohisi kama fumbo
   Humo mwetu kuondoka, nigurie geni jimbo
   Sitosahau Mataara.

7. Mataara kuguria, nilionwa mtu mbali
   Kwa lugha nilotumia, hino lugha Kiswahili
   Kwa kukosa kujulia, yao lugha ya asili
   Sitosahau Mataara

8. Fununu zilizagaa, eti huyo ni kachero
   Mzuaji wa balaa, asokubali mwengero
   Wakaanza niambaa, si fuko si kuchakuro!
   Sitosahau Mataara.

9. Vidole nilinyoshewa, "ndiye yule muoneni
   Alotumwa kufichuwa, walio sugu wahuni"
   Wenyeji wakiemewa, nilipopita njiani
   Sitosahau Mataara.

10. Sadifa nazo si haba, kinyozi kazizidisha
    Kina yakhe wakashiba, nadharia kuibusha
    Nikaonwa kama mwiba, wenye ncha ya kutisha
    Sitosahau Mataara.

11. Walizidi wachambuzi, kuufanya uhakiki
    Wakanena watambuzi, niko cheni ja mkuki
    Na wala si mtembezi, soga nyingi sishiriki
    Sitosahau Mataara.

12. Vuguvugu halijesha, ukajiri mzizimo
    Shuleni nilofundisha, likazuka zogo humo
    Wanafunzi wakitisha, kushiriki kwa mgomo
    Sitosahau Mataara.

13. Kisache ni mwanafunzi, na miye tulobishana
    Vikawa vita vya panzi, na kunguru kung'ang'ana
    Mwanafu 'kitaka enzi, mi naye tuje toshana
    　　Sitosahau Mataara.

14. Siku hino ljumaa, wana wakaandamana
    Ja walevi wa busaa, matusi yakipishana
    Wapitaji 'kiduwaa, kwa sinema waloona
    　　Sitosahau Mataara.

15. 'Lifatia kongamano, la kamati na walimu
    Kujadili farakano, liloikinza elimu
    Na kuonya wana wano, wapotovu wa nidhamu
    　　Sitosahau Mataara.

16. Hatima ya lote janga, suluhu 'lipatikana
    Maovu tuliyainga, na waovu kuwakana
    Amani tukaijenga, nayo shule ikafana
    　　Sitosahau Mataara.

17. Niligura Mataara, mwaka tisini na sita
    Zikanikoma harara, za mipaka kuipita
    'Kienda tafuta hera, kulo kwetu 'kikuata
    　　Sitosahau Mataara.

Maswali

1(a) Fafanua eneo la Mataara kijiografia
 (b) Taja mmea maarufu unaopatikana katika eneo hilo.
 (c) Taja tarehe kamili ambayo mwandishi aliipata barua ya kazi. Je, aliipokea kwa hisia gani?

2(a) Fafanua kwa kifupi masaibu yote yaliyompata Mshairi tangu agurie Mataara.
 (b) Eleza jinsi suluhisho lilipatikana.
 (c) Mwandishi alifurahia kutoka Mataara. Thibitisha.

3. Tambua mbinu zote za lugha na sanaa zilizotumika katika shairi hili.

HAU PWEKE

1. Umetunga wa Chogoria, Malenga wa Milimani
   Swala kulisimulia, waja wapate baini
   Mateso kayalilia, ukaghani redioni
   Na miye yamenipata, hau pweke mwanakwetu

2. Nakujuza we Kimathi, haya mambo si mageni
   Yamejiri ja mirathi, si leo tangu zamani
   Leo wewe kayarithi, hili tia maanani
   Na miye yamenipata, hau pweke mwanakwetu

3. Mwenzio yamenipata, kanijaa mtimani
   Ela hayajanikata, kunitoa duniani
   Nimepigwa vingi vita, hadi kifo kutamani
   Na miye yamenipata, hau pweke mwanakwetu

4. Tangu mwana kuzaliwa, nimengia matatani
   Ya waja kunibaguwa, si nyumbani si kazini
   Na majina kupachikwa, mawi nisoyatamani
   Na miye yamenipata, hau pweke mwanakwetu

5. Waja wamenivuruga, kila ngazi maishani
   Njama nyingi wakipanga, kunitia mashakani
   Elimu waliipinga, kisha ndoa kulaani
   Na miye yamenipata, hau pweke mwanakwetu

6. Hivyo mwenzangu Joramu, Kimathi hili baini
   Kwamba duniani humu, tumetua maovuni
   Bali wachao Rahimu, hawaachwi majangani
   Na miye yamenipata, hau pweke mwanakwetu

7. Nakujuza ufahamu, Mola hulola gizani
   Wawi wanapodhulumu, awapiga darubini
   Malipo ni mumu humu, wala si mkunazini
   Na miye yamenipata, hau pweke mwanakwetu

8. Hao wachimba visima, huingia wao ndani
   Wachimbiwa wa visima, wakapanda ulingoni
   Kwani Mungu wa huruma, katu sio Athumani
   Na miye yamenipata, hau pweke mwanakwetu

Maswali

1. Tunga shairi la beti zisizopungua sita ukisimulia mazuri au mabaya uliyopata kushuhudia maishani mwako.

2. Tunga shairi ukimwuliza mwenzako swali fulani naye akujibu kupitia shairi. Endeleeni na mazoezi hayo kwa msaada wa mwalimu.

INGAWA SIKUWAONA

Ewe nyanya
Nawe babu
Sio makosa yangu
Nilipenda niwaone
Nihisi kama wenzangu
Waliowapata nyanya na babu
Waliokuwa wakiwapenda
Bali kifo
Kifo, nyanya

Kifo, babu
Kilitutenganisha
Sikupata kuwaona
Lau picha zenu!

Nyanya, nakupenda
Babu, nakupenda
Nawapenda mjukuu wenu

Mlinizalia wangu wazazi
Kaguri ndiye mamangu
M'Ngaruthi ndiye baba

Ciobiri na **M'Nabea**
Mliomzaa mama
Sikuwaona, sikuwasikia
Bali nawapenda
Mlikolazwa huko Nkabune
Nawalilia

Karoki na **M'Kirigia**
Mliomzaa baba
Pia sikujaliwa kuwaona
Bali nawapenda
Mlikolazwa huko Mwiteria
Nawalilia

Machozi yachirizika
Natamani niwaone
Nisikie sauti zenu
Mniimbie
Mnitambie
Tuote moto pamoja;
Tuishi pamoja...

Ingawa sikuwaona
Nawatungia utungo huu
Uliojaa hisia
Machozi yakidondoka nitungapo

Ni ukumbusho;
Kwamba sijawasahau
Ingawa sikuwaona
Niko nanyi

Huko mliko nitazameni
Ninavyowalilia;
Mnifute machozi
Mniombee subira
Kwani moyo waniuma
Ninapowakumbuka
Ingawa sikuwaona

Lala nyanya
Lala babu
Tutaonana!

Swali
1. Tunga shairi huru ukimsifu mtu au watu unaowapenda.

RUIRI HAKUNA JANGWA

1. Barua ninaituma, isomwe kwetu Ruiri
   Wala sio ya shutuma, ni ndoto ninokariri
   Ndoto kwenu wakulima, vuno kubwa 'kitabiri
   Ruiri hakuna jangwa, hata picha ya jangwani

2. Nimeota si usiku, ni mchana 'kitembea
   Ndoto hino ikapiku, zilizoitangulia
   Ikanipa dukuduku, nusura sikuzimia
   Ruiri hakuna jangwa, nimeyaona ndotoni

3. Mimea kanawirika, hao ng'ombe wa giredi
   Maziwa yakifurika, yakamwagwa makusudi
   Na matunda kutolika, watu 'kipewa zawadi
   Ruiri hakuna jangwa, waulize wa jangwani.

4. Kisha ndoto kanirusha, mpaka huko Arabuni
   Mahali kusikonyesha, ila joto mchangani
   Zaidi kilonitisha, ni kijani mashambani
   Ruiri hakuna jangwa, fika huko Arabuni

5. Niliona Waarabu, migongo wameipinda
   Wakitenda la wajibu, kwa ngamia nao punda
   'Kinyunyiza kwa sulubu, wengineo wakipanda
   Ruiri hakuna jangwa, ndilo shamba la Edeni

6. Kisha nikaona vuno, la mchele na matunda
   Nayo matani ya ngano, na maziwa yakiganda
   Likazuka jibizano, ni wapi yatakoenda
   Ruiri hakuna jangwa, ninayo kubwa imani

7. Kati yao wasemaji, 'katambua sura moja
   Alikuwa muombaji, alokonda mpaka paja
   Kashika kopo la uji, na 'Ruiri' akitaja
   Ruiri hakuna jangwa, tulijenge tumaini

8. "Ndugu natoka kuhiji", si leo amejifunza
   Kumaliza huo uji, ndio mambo yalianza
   Alipewa kikabeji, marejeo yakaanza
   Ruiri hakuna jangwa, tusiombe ugenini

9. Kuondoka 'Al Haji', misaada 'lifatia
   Sio tena kikabeji, bali ngano magunia
   Kutoshea mahitaji, Ruiri tusife njaa
   Ruiri hakuna jangwa, tutazame mashambani

10. Kama kanda ya sinema, Ruiri nikarejeshwa
    Mashamba nikatazama, yalokwisha rutubiwa
    Nikaona wakulima, misaada kigawiwa
    Ruiri hakuna jangwa, tupimiwe kibabani

11. Milolongo walipanga, hao wake kwa waume
    Hadithi wakizitunga, kumbukumbu ya ukame
    Machozi yakiwalenga, watoto kutia shime
    Ruiri hakuna jangwa, litutie vilioni

12. Niliona niko pweke, mawazoni nimekwama
    Nikitaka lifumbuke, fumbo liloniandama
    'Jangwa' nikapiga teke, sio kisababu chema
    Ruiri hakuna jagwa, ila mwanga hatuoni

13. Mawazo hayajatimu, walifika maripota
    Pembeni wataalamu, wa kilimo kama sita
    Wakitaka kufahamu, mkasa ulotupata
    Ruiri hakuna jangwa, nitasema gazetini!

14. Nilianza kusongea, niweze kuwakabili
    Maswali yakaanzia, bwana lile bibi hili
    Kuwezesha kufatia, kiiniye janga hili
    Ruiri hakuna jangwa, najua chake kiini

15. Zamu yangu ilifika, roho ikasonga mbio
    Kwa shida nikatamka, kwa kukosa kimbilio
    Haya ikanifunika, yakaziba masikio
    Ruiri hakuna jangwa, msemao sikizeni!

16. Nililia kama honi, "Ruiri hakuna jangwa
    Jangwa limo mawazoni, ukame kutokingiwa!"
    Waliokuwa safuni, wakawa wameemewa
    Ruiri hakuna jangwa, jangwa limo mawazoni

17. 'Kikumbana na maswali, lilizuka vurumai
    Watu wakanikabili, maelezo wakidai
    Eti wangu ukatili, utanitoa uhai
    Ruiri hakuna jangwa, jangwa limo mawazoni

18. Ghafula niligutuka, nimegongana na mtu
    'Sori' nikaitamka, hilo lisifae kitu
    Matusi yakamtoka, eti siwaoni watu
    Ruiri hakuna jangwa, litoeni mawazoni

Maswali

1. Eleza kwa tafsili kisa anachokisimulia mshairi katika 'ndoto' hii.
2. Fafanua baadhi ya mambo yaliyogusiwa na mshairi ambayo ndiyo kiini cha ukosefu wa chakula cha kutosha.
3. Mshairi ametumia jina la kata aliyozaliwa katika kuendeleza ujumbe wake. Unafikiri ni kwa nini amechagua eneo hilo?
4. Matatizo aliyoyagusia mshairi yanaweza kupatikana katika nchi yoyote inayoendelea. Jadili.
5. Kwa kurejelea ubeti was saba hadi wa tisa, tunaweza kupata ujumbe gani kuhusu viongozi wa mataifa yanayoendelea?
6. Mshairi amelinganisha kata ya Ruiri na Uarabuni. Eleza umuhimu wa ulinganishi huu kwa mujibu wa shairi.

7. Waandishi wa habari wanao umuhimu gani katika shairi hili?
8. Eleza ujumbe unaojitokeza katika ubeti wa mwisho.
9. Jadili swala la ujenzi wa taswira katika shairi hili.

DAU LANGU LI SALAMA

1. Safari ilipojiri, nilikutwa sina nguvu
   Shida nilizitabiri, pia mengi maonevu
   Nikatia uhodari, na wingi ukakamavu
   Nashukuru nyota yangu, dau langu li salama

2. Waivu wakaja tangu, safari nilipoanza
   Wakanishushia wingu, mwangaza lije kukinza
   Wakalinda njia zangu, dhamiriye kuniponza
   Nashukuru nyota yangu, dau langu li salama

3. Walisema sitaweza, safari kukamilisha
   Wakaja kunitatiza, ili dau kuyumbisha
   Sina aloniliwaza, lau mto kunivusha
   Nashukuru nyota yangu, dau langu li salama

4. Nilizidi 'tatizika, pia huko safarini
   Bahari ilichafuka, 'kajikuta kilindini
   Ikajiri patashika, ya mawimbi baharini
   Nashukuru nyota yangu, dau langu li salama

5. Nyangumi nao mapapa, walianza kukenua
   Wakajawa nalo pupa, wakija kuniumbua
   Mja nikatapatapa, naye Mola kanivua
   Nashukuru nyota yangu, dau langu li salama

6. Safari sikuivunja, nilitia manjanika
   Sikucha nilichoonja, wala sikuhangaika
   Ukoko niliuchanja, ukafuka na kuwaka
   Nashukuru nyota yangu, dau langu li salama

7. Siyo kifo matatizo, nashukuru nyota yangu
   Japo yatiliwe nguzo, hutimia lake Mungu
   Yaandamwe na chagizo, kuzuke japo mizungu
   Nashukuru nyota yangu, dau langu li salama

8. Dau langu li salama, waivu litazameni
   Sijaja katu kukwama, ni salama salimini
   Ya nini mwashika tama, malipo ni duniani
   Nashukuru nyota yangu, dau langu li salama

WIMBO WANGU

Wimbo huu ninaotongoa
Nataka uimbwe
Niusikie nilalapo
Tuli...
Siku ya karamu yangu

Ni wimbo wa kishujaa
Niliouandika
Sio kwa wino wa kalamu
Sio kwa chaki ubaoni
Ela kwa jasho langu
Aridhini

Wimbo huu
Sio kama zenu mbolezi
Ndio wimbo ulo bora
Kuliko wa Sulemani
Aliouimba
Kuipamba nyonda

Ni wimbo wangu
Wa kipekee
Wa kuzindua umma

Niliuimba shambani
Mavuno tumbi yakapatikana
Nikianzia chekechea
Mwangwi huo...
Hadi ya msingi
Ya upili ikaulaki
Naam,
Hadi ndaki
Nikafuzu
Nikazama

Wimbo wa jasho
Ulipata wapokezi
Wanuna wakauimba
Si wakoi si binamu
Lo!
Kumbe tulikuwa wengi?

Mahadhi yalizagaa
Jasho tamu likinukia
Ladha yake ya chumvi
Ikitukolea
Huku tukichangamka

Ndu! Ndu! Ndu!
Nyoyo zilidekadeka
Kalamu zikirambitia vitabu
Kwa mahaba ya kipekee

Mwisho wa mahaba
Mimba ilikwishatungwa
Kilichofata,
Wahaka bin subira
Mara lo!
Kitoto kikazalika

Hongera ewe ulozaa
Kongowea ewe ulozaliwa
Twakupenda
Ewe zao la huba
Na kite...
Umezaliwa utukomboe!

Ewe baba kalamu
Mame mwana,
Ewe kipenzi karatasi
Mwanenu keshakua
Mwana wa jasho lenu
Sasa tu huru

Nilalapo humu jenezani
Nawaomba
Enyi mdaio kunipenda
Msilie
Msiomboleze
Changamkeni!

Ole wenu mlo hapa
Iwapo mtanifata
Pasi kujitungia wimbo
Usiotishwa
Na mpito wa wakati

Niimbieni huno wangu
Kwa mdundo
Na ruwaza ya chakacha
Niridhike
Mnitupiapo madongo
Nienende kwa burudani
Nisiuone upweke
Humu mnifukiamo

Uimbeni,
Mkiusoma rohoni
Si lohoni
Sauti mpaze hivi:

Shangilieni uhuru
Uhuru wa bongo zetu
Tulizilea wenyewe
Mpaka siku ya kutukuka
Hoyee! Hoyee!

Ngawa ndugu keshakufa
Ameacha jina bora
Amefuata hekima
Mpaka siku ya kufukiwa
Twa-ku-pe-nda!

Maswali

1. Taja na kufafanua maudhui yoyote mawili yanayojitokeza katika shairi hili.
2. Maudhui uliyojadili hapo juu yameendelezwaje na mhusika mkuu wa shairi hili?
3. Mbali na mhusika mkuu, wahusika wengine wamechangia vipi uendelezaji wa maudhui hayo?
4. Onyesha jinsi mshairi ametumia taswira za aina mbalimbali katika shairi lote.
5. Taja na kufafanua mbinu zingine za lugha na sanaa alizotumia mshairi.
6. Fafanua mandhari yanayoimbiwa wimbo huu.

Sura ya Pili

Mwanamke na Utamaduni

PENDO LIMENISAKAMA

1. Pendo limenisakama, ihuwani si mnyama
   Uamuzi wa mtima, japo mbichi hula nyama
   Uimeze nzima nzima, sawa maji ya kisima
   Mwafulani nipe dawa, pendo limenisakama

2. Pendo limenisakama, hilo sichi kuungama
   Ewe binti nakutuma, tafadhali njoo hima
   Njiani 'sije simama, ukute nimeshahama
   Mwafulani nipe dawa, pendo limenisakama

3. Pendo limenisakama, kooni limenikwama
   Niagizie rikwama, kwa guu sitosimama
   Zahanati nende hima, nikafanyiwe huduma
   Mwafulani nipe dawa, pendo limenisakama

4. Pendo limenisakama, si bure ninalalama
   Kooni kunavyouma, utalia kwa huruma
   Ela nitakie mema, nimeze kilonikwama
   Mwafulani nipe dawa, pendo limenisakama

5. Pendo limenisakama, niombee kwa Karima
   Ukute nili mzima, wangu moyo hujakwama
   Ushukiwe na lawama, kutoniwahi mapema
   Mwafulani nipe dawa, pendo limenisakama

6. Pendo limenisakama, si hasha nikiutema
   Nienende kwa Rahima, kiuno nishike wima
   Jawabu nitake hima, "mbona kanizaa mama?"
   Mwafulani nipe dawa, pendo limenisakama

7. Pendo limenisakama, mpenzi hino si njama
   Mambo haya 'kiyapima, 'tasadiki ninosema
   Kisha uso nitazama, 'tajua niko mrama
   Mwafulani nipe dawa, pendo limenisakama

8. Pendo limenisakama, 'sije dawa kuninyima
   Hata zangu darahima, hazijawa yangu bima
   Ni wewe ndiwe daima, kaamua Mahakama
   Mwafulani nipe dawa, pendo limenisakama

9. Pendo limenisakama, sijui yake hatima
   Utapopoa mtima, urejee yake ngama
   Niridhike maamuma, yakome yalonandama
   Mwafulani nipe dawa, pendo limenisakama

10. Pendo limenisakama, ashara ni kaditama
    Ujapo zitaandama, chakacha na lelemama
    Iwe kwangu taadhima, madhila yakinikoma
    Mwafulani nipe dawa, pendo limenisakama

Maswali
1. Fafanua ujumbe ulioko katika shairi hili.
2. Ni wazi kuwa mhusika wa shairi hili yuko taabani. Thibitisha.
3. Mapenzi ya aina aliyoitungia mshairi yana hatari zake. Taja na kufafanua baadhi ya hatari hizo kwa maoni yako binafsi.
4. Mbinu ya tashihisi imefanikisha vipi ujenzi wa maudhui?
5. Eleza maana ya msamiati ufuatao.
   a) Ihuwani

b) Mtima
c) Mwafulani
d) Nikiutema
e) Ashara

NAMBA NAWE

1. Ni wewe, naam nitazame
   Ninawe, siole kinyume
      Nitazame
   Naam, namba nawe!

2. Niwaze, pembeni mwa ndia
   Ja nyenze, kitapatapia
      Nikupate
   Naam, namba nawe!

3. Nienge, ninavyovizia
   Kimwenge, nikiangazia
      Nikuone
   Naam, namba nawe!

4. Eh nana, ningekurukia
   Na sana, nikakubusia
      Niridhike
   Naam, namba nawe!

5. Siati, miye kwamba nawe
   Sijuti, makucha ya mwewe
      Nakuenzi
   Naam, NAMBA NAWE!

Maswali

1. Ni nani wahusika katika utungo huu?
2. Anayezungumza na anayezungumziwa wanao uhusiano wa aina gani?
3. (a) Mpe sifa tatu mzungumzaji.
   (b) Sifa hizi zina umuhimu gani katika zungumzo hili?
4. Eleza umuhimu wa kibwagizo cha utungo huu.
5. Fafanua maneno yafuatayo:
   a. Siole
   b. Namba
   c. Ndia
   d. Kitapatapia
   e. Nienge
   f. Kimwenge

U WAPI?

1
Uwapi, nikupendaye
Nikupe, nihifadhicho
U wapi?

2
U wapi, nikuotaye
Mzuri, nitamaniye
U wapi?

3
U wapi, chaguo langu
Mpenzi, mtanashati
U wapi?

9
U wapi, upumzishe
Mawazo, ya bongo langu
U wapi?

10
U wapi, nikumbatiye
Nibusu, mashavu yako
U wapi?

11
U wapi, mitima yetu
Ipige, 'kidekadeka
U wapi

4
U wapi, uso maringo
Kufuye, mtima wangu
U wapi?

5
U wapi, uliye fundi
Mneni, yavutiayo
U wapi?

6
U wapi, niseme nawe
Nitowe, lilo moyoni
U wapi?

7
U wapi, nilifichuwe
Ujuwe, nikupendavyo
U wapi?

8
U wapi, ukifunguwe
Kifundo, kilo moyoni
U wapi?

12
U wapi, unipe hamu
Maisha, yapate ladha
U wapi?

13
U wapi, tusikizane
Tupange, ya kesho yetu
U wapi?

14
U wapi, nitoe posa
Nilipe, hata mahari
U wapi?

15
U wapi, tufunge ndoa
Ifane, ishuhudiwe
U wapi?

16
U wapi, niishi nawe
Nijenge, heshima yangu
U wapi?

17
U wapi, tujenge mji
Tuishi, pamwe milele
U wapi?

18
U wapi, tuzae wana
Wa kike, na wavulana
U wapi?

25
U wapi, tujizatiti
Majanga, yanapojiri
U wapi?

26
U wapi, uso mtesi
Kelele, kunipigiya
U wapi?

19
U wapi, tupate lea
Kizazi, kwa jasho letu
U wapi?

20
U wapi, tuchume mali
Tupate, kujisetiri
U wapi?

21
U wapi, tuendeleze
Vipawa, tuloshushiwa
U wapi?

22
U wapi, tutunge nyimbo
Tusifu, majaaliwa
U wapi?

23
U wapi, tuongoane
Kwa tenzi, na mashairi
U wapi?

24
U wapi, tuchangiane
Mawazo, pawapo shida
U wapi?

27
U wapi, uso mwepesi
Pembeni, kunisaliti
U wapi?

28
U wapi, usojigamba
Makubwa, kujitakiya
U wapi?

29
U wapi, usohamaki
Ujapo, kukosolewa
U wapi?

30
U wapi, mwenye huruma
Mtendi, wa matilaba
U wapi?

31
U wapi, uwajaliye
Watoto, na mume wako
U wapi?

32
U wapi, ufahamuye
Kuishi, na walimwengu
U wapi?

33
U wapi, uongozaye
Wenzako, kutenda mema
U wapi?

38
U wapi, usiye dowa
Tabia, ilonyooka
U wapi?

34
U wapi, uso mchoyo
Wageni, 'kikaribisha
U wapi?

35
U wapi, usiye chuki
Maovu, na migongano
U wapi?

36
U wapi, uso chuchuchu
Mzushi, wa migongano
U wapi?

37
U wapi, usifikaye
Heshima, 'kitunukiwa
U wapi?

39
U wapi, nikuwazaye
Nenende, nikufikiye
U wapi?

40
U wapi, nije nikwone
Nitue, nitabasamu
U wapi?

41
U wapi, nitasafiri
Nauli, 'tagharamia
U wapi?

42
U wapi, u wapi nije
U wapi, uniridhishe
U wapi?

Maswali
1. Zitaje sifa muhimu anazozigusia mshairi huyu ambazo ni vigezo muhimu vya kumpimia anayemtamani.
2. Eleza jinsi mshairi anavyobadilisha sauti yake kufikia ubeti wa ishirini na nne.
3. Eleza anachomaanisha mshairi katika ubeti wa 27.
4. Mojawapo wa arudhi za shairi ni kujitosheleza kwa upande wa vina, mizani na ujumbe. Eleza na kuthibitisha jinsi mshairi alivyotimiza au kutotimiza sharti hili.

TOKOMEA!

Wataka kunitahiri
Ndio,
Najua hivyo, najua
Ela kwanza
Ewe bibi kikongwe
Msihaya
Rejea kwako nyumbani
Mwanzo,
Utahiri binti zako!

La!
Hebu ngoja
Kwani hao binti zako
Ni dada zangu
Ni wasichana wenzangu
Ni wanawake
Binti wa taifa hili

Wacha!
Virago viweke chini
Naam,
Sharti ukome
Kwani sisi wasichana
Tumezinduka;
Upofuni tumetoka

Ndio,
Hatupumbazwi tena
Hatulemazwi tena
Hatuvurugwi tena
Hatuchafuliwi!

Tutazame,
Tunao uhuru wetu
Haki zetu;
Bongo zetu

'Siniangalie!
Tokomea na nyembe zako
Tokomea na kunga zako
U fundi kweli!

Kaviunde visanamu
Uvitahiri
Umalize uchu wako!

Maswali

1. Shairi hili ni kilio cha wanawake. Fafanua.
2. Msemaji katika shairi hili ni jasiri. Thibitisha.
3. Swala la tohara ya wanawake ni nyeti mno siku hizi.Taja haki nyingine za mtoto wa kike ambazo hazikushughulikiwa shairini.
4. Kwa kurejelea mifano mwafaka katika shairi hili, onyesha jinsi mbinu ya takriri imetumika kutolea hisia za mshairi.
5. Mbali na takriri, bainisha mbinu zingine alizotumia mshairi.

'SINIAMBAE

Ewe uniogopaye
Uniambaaye
Eti mimi ni muwele
Na wewe huna upele
U safi
Kando sufi!

Ewe unibaguaye
Unichaye
Wapita usiniguse
Na miye nisikuguse

Ewe uniringiaye
Mate unitemeaye
Unichukiaye
Uwaogopao
Waja wanisaidiao

Ni wewe nasema nawe
Utakaye niambawe
Nitengwe
Nisiguswe;
Ndio, ni wewe!

Ni wewe mjamzito
Ubebaye kitoto
Usiyejali mapito
Uliyevuka mingi mito
Ukarejea kavimba
Jibu nakuomba,
Nani mwenye hiyo mimba?

Ni wewe kasisi
Usiye mchafu kama sisi
Usiye hisi
Mapenzi usiyehisi
Ndipo watuletea utesi

Nasema nawe mwalimu
Mwenye elimu
Ufanyaye kazi muhimu
Kufunza maadili humu
Umenifunza nakuheshimu
Mbona nawe wanidhulumu?

Hata nawe muimbaji
Nilidhani u mfariji
Wito mwema nikataraji
Kumbe hunitaji
Kuimba yangu mahitaji
Ila shutuma
Bila huruma!

Naona nakutambua;
Nakujua
Nilikuona Koinange
Mbona nisiringe?
Ndicho changu kilinge
Ulikuja nikugange!

Ewe mama,
Nawe baba simama
Hata kakangu 'kinihama
Dadangu huna huruma?

Mwaniita msherati
Msaliti;
Mfumbati
Mja wa kuangamia
Kuumia
Wa janga kujitakia

Enyi malaika
Kweli mmeokoka
Hakika!

Nakubali hali yangu
Virusi vi mwilini mwangu
Naendelea na maisha yangu
Bali,
Nataka kuwasaili

Enyi mnonikabili,
Makatili!
Mbona hamjakubali
Ukweli kuukabili
Damu mpimiwe
Mjijuwe?

Nyani haoni kundule
Huliona la yule
'Kiwacheka wale

Enyi mniambaao
Mnibaguao,
Wa kuambawa ni nyingi
Hamjimanyi, enyi wamanyi!

Swali

1. Fafanua dhana ya ubaguzi kama ilivyofafanuliwa katika shairi hili.

EPUKA MAPIGO

Mama mueleze	simfiche jambo	simfiche
Jambo liteleze	tusiuche wimbo	tusiuche
Na kaziye zeze	tuiache fumbo	tuiache
Kesho tuangaze	kiamache kambo	kiamache

Ngoja: Kipya kinyemi ingawa kidonda

Fungasha virago	ukewenza kite	ukewenza
Epuka mapigo	yanobeza pete	yanobeza
Haya masimango	sitoweza yote	sitoweza
Waonwa msungo	'kiangaza kote	'kiangaza

Ngoja: Kipya kinyemi ingawa kidonda

Huno ubaguzi	umezidi kimo	umezidi
Najitoa wazi	uhasidi simo	uhasidi
Kumwaga machozi	naahidi komo	naahidi
Tumwache azizi	afaidi chumo	afaidi

Ngoja: Kipya kinyemi ingawa kidonda

'Kinyimwa talaka	iandike wewe	iandike
Ndiye kayataka	aumbuke siwe	aumbuke
Kwa anomtaka	lisikike yowe	lisikike
Yabaki mashaka	uponyeke wewe	uponyeke

Kweli: Kipya kinyemi ingawa kidonda

Maswali

1. Fafanua ujumbe unaojitokeza katika shairi hili.
2. Wataje wahusika wote waliomo katika shairi hili kisha ueleze umuhimu wa kila mmoja.
3. Wahusika hawa wako katika makundi mawili yanayopingana. Onyesha makundi hayo na udhihirishe upinzani uliomo.
4. Taja madhara ya ukewenza kama yalivyodokezwa na mshairi.
5. Mlalamishi anapendekeza hatua gani ya kujikomboa kutokana na madhara uliyoyataja hapo juu?
6. Fafanua msamiati ufuatao kama ulivyotumika katika shairi.
    a) Liteleze
    b) Kaziye zeze
    c) Ukewenza
    d) Kite
    e) Komo
    f) Chumo
    g) Talaka
    h) uponyeke

Timothy Kinoti M'ngaruthi

SIONDOKI

1. Leo naitaka kazi, sitishiwi kwa kemeo
   Ungurume Bwana Kazi, eti niondoke mbio
   'Sinambie waziwazi, mi si wale utakao
   　　Leo humu siondoki!

2. Piga simu kwa polisi, useme kuna jambazi
   Wanitoe kwa risasi, ikibidi uamuzi
   Bilayo hino ofisi, siondoki bila kazi
   　　Leo humu siondoki!

3. Ninabisha kila siku, ukisema nisubiri
   Kumbe ufanyacho huku, ni mambo yalokithiri
   Kula mayai na kuku, na vifaranga wazuri
   　　Leo humu siondoki!

4. Hawa uwapao kazi, wanao ujuzi gani
   Ela zao tumbuizi, papa hapa ofisini
   Kama mbuzi kwenye zizi, asubuhi na jioni
   　　Leo humu siondoki!

5. Nawe hawara ondoka, nisije kutia ngumi
   Kama vita wavitaka, ndivyo niitwavyo mimi
   Leo miye nimechoka, ikabidi nijihami
   　　Leo humu siondoki!

6. Kama kutafuta kazi, ni muhanga kujitoa
   Ufanyiwe ukaguzi, pasipo kujitetea
   Hilo mimi siliwezi, Bwana Kazi 'mekosea
   　　Leo humu siondoki!

7. Nipe kazi ukiweza, shahada hizi pokea
   Kwako huko kunyamaza, maovu wayawazia
   Bali pole sitaweza, kutimiza mazowea
       Nipe kazi niondoke!

Maswali

1. Eleza kwa tafsili kisa kinachotokea hapa.
2. Inasemekana kwamba hasira ni hasara. Je, unadhini mlalamishi ana haki yoyote ya kukasirika?
3. Katika ubeti wa tano, mshairi anamrejelea nani?
4. Mshairi ametumia mbinu ya taharuki. Fafanua mbinu hii na uonyeshe pale ilipotumika.
5. Eleza umuhimu wa kibwagizo cha shairi hili.
6. Shairi hili linafaulu vipi katika utetezi wa haki za wanawake?
7. Wataje wahusika wote katika shairi hili na ueleze sifa zao.

KIFO MZINGANI

NYUKI: Mimi ni nyuki
Nifuate;
Nikupe uhondo
Uonje asali tamu
Asali timamu

MRINA: Asali?
Wanitoa mate kweli
Kwani jina langu
Ni mrina
Najua utamu wake

NYUKI: Nafurahi waujua
Nami pia wanijua
MIMI,
Ndimi niundaye
Huo uhondo...

MRINA: Sasa nafahamu,
'Kikufata,
Nitapata ilo moto
Mwako mzingani
Kwani humo
Ndo kwenyewe!

NYUKI: Karibu bwana mrina
Twende,
Twende kwangu mzingani
Ndimo utapata yote
Asali asilia

MSASI: La! La! La!
Usiende!
Kwani humo mzingani
Mna kifo!
Utadungwa,
Utakufa!

MRINA: Nitadungwa?
Nitakufa?
Kwani mzinga wadunga?
Kwani mzinga waua?
Niache!
Ondoka na wivu wako!

MSASI: Siondoki,
Wala hapa sibanduki
Sitokuacha mrina
Wende kufa 'kitazama!

MRINA: Utaenda!
Lau sivyo 'takuua
Nisubiri,
'Takufundisha adabu!

NYUKI: Mwache huyo!
Kazi yake ni kuwinda
Hafahamu,
Utamu wake asali
Tafadhali twende zetu

MSASI: Tafadhali usiende
Nisikize...
Huyu nyuki ufataye
Atakutoa pumzi
Kwa usena wake

MRINA: Ha! Ha! Ha!
Atanitoa pumzi?!
Ama kweli u mjinga
Ni nani asiyejua
Anayedungwa hufura?

NYUKI: Hebu nitazame
Si sisi tu marafiki?
Kwa nini,
Kwa nini nikudunge?
Kwa nini nikuuwe?
Kwa nini?

MSASI: Nami nitazame!
Ndugu yangu,
Mwandani wangu
Bin-Adamu mwenzangu
Nakukanya,
Kwani asali yauwa!

Maswali
1. Fafanua mgogoro ulioko katika shairi hili na uonyeshe matokeo yake.
2. (a) Hili ni shairi la aina gani?
   (b) Eleza kwa kutolea mifano tofauti ya shairi hili na mashairi uliyoyazoea.
3. (a) Eleza umuhimu wa wahusika wakuu watatu katika shairi hili.
   (b) Taja wahusika wengine wanne ambao wamo katika shairi hili.
4. (a) Mshairi hakuonyesha suluhisho kwa tatizo lake Mrina. Je, mbinu hii ya sanaa yaitwaje?

(b) Pendekeza suluhisho mwafaka.
(c) Eleza maana ya mafungu yafuatayo kwa mujibu wa shairi:
  i. Wanitoa mate
  ii. Asali asilia
  iii. Atakutoa pumzi
  iv. Asali yauwa.

WABAKAJI MAHASIDI

1. Kenya tulishangilia, wa Thiong'o karejea
   Mhadhiri maridhia, wandishini 'lobobea
   Wanja ndege tukagwia, twende kuwapokelea
   Ngugi nayo familia, sifa tukiwatolea

2. Siku hiyo Jumamosi, yake mwisho wa Julai
   Ikangia kwa mapisi, tukajawa matumai
   Aloonwa ja muasi, tukapata zake rai
   Siye mtu wa mafosi, dhamiriye iko hai

3. Haijesha taadhima, janga nalo kaanguka
   Hotelini ya heshima, majangili walifika
   Kwazo roho za kinyama, na Njeeri kumbaka
   Asipate wa huruma, kumtowa kwa mashaka

4. Wingu lilitanda Kenya, la wahaka na lawama
   Wakisakwa kama panya, walotenda ya nakama
   Walobambwa 'kiwabinya, ukweli wapate sema
   Ili wawi kuwakanya, ujahili waje koma

5. Tuliona runingani, majonzi yalofatia
   Yalojaa mtimani, mama 'kitusimulia
   Naye mume ubavuni, huyo shime kimtia
   Kitambaa mkononi, machozi 'kimfutia

6. Machungu yalidhihiri, nazo nyoyo kuvunjika
   Bali yalileta heri, kwa wote waazirika
   Kwani wafichao siri, hawawezi kuponyeka
   Njeeri alijasiri, sura mpya kafunguka

7. Nitaopo zangu pole, kwa aila yake Ngugi
   Nakuomba wende mbele, miguuni tia mbugi
   Usiyache makelele, watoayo wavurugi
   Kwani wewe u mvule, na mchwa hawakubwagi

8. Usiwache mahuluki, kwa kuchomwa sigareti
   Wakutishe kwa bunduki, nazo ngumi kukuseti
   Jua katu hupingiki, ya kalamu hawafuti
   Na nabii hasifiki, kulojaa wasaliti

9. Nanyi nduli wabakaji, mbakao hata wana
   Mlipo 'kijifariji, hamtaja julikana
   Wenu huo ujuwaji, utakuja fumbukana
   Kwani wajao ni gwiji, alotuma Maulana

10. Waenezi wa ukimwi, kwa wasichana wakembe
    Mu zaidi ya wachawi, wa tunguri nazo pembe
    Mnapowajaza kwikwi, mfahamu enyi ng'ombe
    Mujitiapo uziwi, twawalaani viumbe

11. Muwauwapo watoto, mukisha kuwabikiri
    Au babake mtoto, bintiye kumuhasiri
    Mwatutia kiwi mato, na machozi kutiriri
    Mgusapo vyetu vito, munakia msitari

12. Kaditama natongowa, nikiomba serikali
    Wapatwapo nduli hawa, waipate sitahili
    Jela wapate jengewa, watengewe kulo mbali
    Wakiisha kuhasiwa, sawa vile mafahali

Maswali

1. Fafanua ujumbe unaojitokeza katika shairi hili.
2. Taja wahusika wawili wakuu katika shairi hili na kueleza wasifu wao.
3. Kwa kurejelea ubeti wa tatu hadi wa tano
4. fafanua masaibu yaliyowapata wahusika uliowataja hapo juu. Taja njia tatu alizotumia mume kumfariji mkewe kwa mujibu wa ubeti wa tano.
5. Taja madhara yote ya ubakaji yaliyojadiliwa katika shairi hili.
6. Mbali na madhara uliyotaja hapo juu, ni athari gani nyingine zinazoachwa na visa vya ubakaji kwa wahasiriwa na jamii kwa jumla?
7. Pendekeza hatua zinazofaa kuchukuliwa dhidi ya wabakaji na pia hatua zinazoweza kuchukuliwa ili kuwasaidia wahasiriwa wa ubakaji.
8. Je, umewahi kukumbana na kisa chochote cha ubakaji? Ni nani anapaswa kulaumiwa kutokana na kisa hicho?

KULLA MUAVYA MIMBAYE

1. Muavya wavyaye mimba, avya hili ukijua
   Sio wewe uloumba, utunge ukitumbua
   Aloumba ni Muumba, afaaye kuumbua
   Kulla muavya mimbaye, huiavya na ndotoye.

2. Ulipojua katunga, hino mimba Mwakutunga
   Nalo tambi ukaunga, ja waole nganganganga
   Nde tena hukuringa, ela njama kuzipanga
   Kulla muavya mimbaye, huiavya na ndotoye.

3. Kisha kula zako njama, 'limwendea mtunguzi.
   Kuchomoa hilo nyama, liso nao ugunduzi
   Kwa vichuma kilifuma, kiwaya kwa unyenyezi
   Kulla muavya mimbaye, huiavya na ndotoye.

4. Kwisha kazi kutimiza, kajifanya u mkembe
   Moyoni kajisemeza, 'kiacha wambi waambe
   "Elimu nitatimiza, 'to hell' nacho kiumbe!'
   Kulla muavya mimbaye, huiavya na ndotoye.

5. Elimu kweli kapata, si vyeti hata shahada
   Naye mume keshapata, kapendeka u kimada
   Mbona mwana hujapata, kawa tasa mwanadada?
   Kulla muavya mimbaye, huiavya na ndotoye.

6. Hujarogwa msimimba, wala ngono kutoshiba
   Wala mume sio gumba, siye shina la msiba
   Hili dada sitofumba, kajichoma weye mwiba
   Kulla muavya mimbaye, huiavya na ndotoye.

7. Zi wapi uloziota, ndoto za kulea wana
   Kisomo ukishapata, na mapesa kuyaona
   Taswiraye kiivuta, yake ndoa ilofana
   Kulla muavya mimbaye, huiavya na ndotoye.

8. I wapi i wapi raha, uloua kikamia?.
   Mbona sasa ni karaha, hucheki mbona walia?
   Ya nini dada kuhaha, na tama kujishikia?
   Kulla muavya mimbaye, huiavya na ndotoye.

9. Waonye walokufata, binamuyo na mnuna
   Kwamba uchu kuufata, huishia kwa kununa
   Nayo tamu kuijuta, ushindwapo kutafuna
   Kulla muavya mimbaye, huiavya na ndotoye.

10. Tamati nakuusia, njia moja ilobaki
    Ni Muumba kurudia, kisha toba kushiriki
    Aweza kurehemia, ujapo kumsadiki
    Kulla muavya mimbaye, huiavya na ndotoye.

MILA ZITIWE MIZANI

1. Msi mila ni mtumwa, wahenga walivyosema
   Kiiniye 'kichunguwa, hana alikosimama
   Wala atakakotuwa, ajihisi yu salama
   Mila zitiwe mizani, zisiigwe kwa upofu.

2. Kama ndege arukaye, hewani bila mashiko
   Ambiwapo jirukiye, kujapo msukosuko
   Ndivyo akaavyo yeye, maisha ya mzunguko
   Mila zitiwe mizani, zisiigwe kwa upofu.

3. Ni mja asojijuwa, ukoo akatamka
   Aila akatambuwa, ndugu wakaunganika
   'Kienyeji' kwake huwa, halimpi kusumbuka
   Mila zitiwe mizani, zisiigwe kwa upofu.

4. Mila zenye maadili, hazifai kupuuzwa
   Ziuliwe kikatili, miiko ipate vunjwa
   Yatendwe yaso mithili, majuto yawe makubwa
   Mila zitiwe mizani, zisiigwe kwa upofu.

5. Tutukuze ngoma zetu, *msondo* na *isikuti*
   Na mashairi ya kwetu, *kirarire* kila beti
   Tusiwe waiga watu, yetu tukayasaliti
   Mila zitiwe mizani, zisiigwe kwa upofu.

6. Maadili ya jandoni, huwakuza wavulana
   Sawa vile unyagoni, faragha ya wasichana
   Hukuza utamaduni, makungwi wajua sana
   Mila zitiwe mizani, zisiigwe kwa upofu.

7. Tusiche pia kuchuja, mila nazo tamaduni
   Zilopo na zinokuja, zikaribishwe ja dini
   Tunakili nzuri hoja, mbovu tuweke pembeni
   Mila zitiwe mizani, zisiigwe kwa upofu.

8. Mila za kihafidhini, kipinga maendeleo
   Kama kufuga majini, na uchawi uuwao
   Vilosifiwa zamani, tuvisute leo leo
   Mila zitiwe mizani, zisiigwe kwa upofu.

9. Mila zipingazo dini, kurutubisha kufuru
   Tamasha za kishetani, mithiliye *tero buru*
   Zinotukuza uhuni, zitokomezwe vururu
   Mila zitiwe mizani, zisiigwe kwa upofu.

10. Unyago ninakariri, kuipinga hino hila
    Wanawake kutahiri, eti kudumisha mila
    Huja kuleta hatari, haijalishi kabila
    Mila zitiwe mizani, zisiigwe kwa upofu.

11. Mila za Kiafirika, tupende na kutopenda
    Zazidi kubadilika, nyakati zinavyoenda
    Isambwe zavurugika, kupunguziwa mawanda
    Mila zitiwe mizani, zisiigwe kwa upofu.

12. Bali wazungu tusiwe, mawazo tuzuzuliwe
    Kila lijalo liigwe, yetu yasahauliwe
    Tutokako tusijuwe, tuendako vivyo iwe
    Mila zitiwe mizani, zisiigwe kwa upofu.

Miale ya Mashariki

Swali

1. Ingawa mila zetu ni nzuri pia zina dosari kadha. Fafanua kauli hii kwa kurejelea mifano iliyotolewa katika shairi hili na nafasi ya mwanamke katika jamii kwa jumla.

NI KIWANDA KAMILIFU

1. Leo namzuru mama, kwa kalamu si mpini
   Kwa mapana kutazama, maishaye kijijini
   Nani ashindaye mama, nani humu duniani?
   Ni kiwanda kamilifu, mama hana mfanowe

2. Majukumu siyo haba, ni mzazi na mlezi
   Kwa watoto ndiye tiba, tangu siku ya uzazi
   Kwingineko ndiye baba, katu mume hajiwezi
   Ni kiwanda kamilifu, mama hana mfanowe

3. Humtunza wake bwana, si usiku si mchana
   Akalisha wake wana, kwa malezi ya kufana
   Pumziko yeye hana, mithiliye ni kitwana
   Ni kiwanda kamilifu, mama hana mfanowe

4. Mama yuachanja kuni, nalo pishi li mekoni
   Ana mwana mbelekoni, na mtama u kinuni
   Mara yuko kisimani, kisha huyo malishoni
   Ni kiwanda kamilifu, mama hana mfanowe

5. Mara yuaosha vyombo, na chakula kupakua
   Kote yuapigwa kumbo, kama mja kibarua
   Hana liendalo kombo, kwenye jua na mvua
   Ni kiwanda kamilifu, mama hana mfanowe

6. Mama atapanda mbegu, na ghalani kuvunia
   Kiganjache kiwe sugu, jamiiye kitunzia
   Akonde mfano nyigu, mambo mengi kiwazia
   Ni kiwanda kamilifu, mama hana mfanowe

7. Mama tafagia nyumba, na kitanda kutandaza
   Ela jicho hatafumba, mambo yatafululiza
   Mara yuatunza mimba, kisha mwana kuliwaza
   Ni kiwanda kamilifu, mama hana mfanowe

8. Mama huyo yualira, kwa kugangwa na mumewe
   Kwa makofi na bakora, kwa kutomuinga mwewe
   Kwani binti alofura, kafedhehi ukoowe!
   Ni kiwanda kamilifu, mama hana mfanowe

9. Lini ataheshimiwa, apatiwe hadhi yake?
   Lini atapumzishwa, aipate raha yake?
   Lini atanukuliwa, tuliige neno lake?
   Ni kiwanda kamilifu, mama hana mfanowe

TAZ: Shairi hili lilikaririwa na kundi la wasichana wa Shule ya Kanjalu mnamo 1998 na kuibuka na tuzo mkoani Mashariki.

Maswali

1. Mama analinganishwa na kiwanda. Taja sifa zote alizopewa katika shairi hili.
2. Fafanua maudhi yampatayo mama atekelezapo majukumu yake.
3. Ni kwa nini mama hajapewa hadhi anayostahiki?
4. Fafanua hatua zinazoweza kuchukuliwa ili mama atambuliwe katika jamii.

5. Ni ujumbe gani unaojitokeza katika ubeti wa nane?
6. "Aduiye mwanamke si mwanamume bali ni mwanamke mwenzake". Jadili.

Sura ya Tatu

Utata wa Mwanadamu

MIGOMO SHULENI

1. Pasi woga natamka, nisikike hadharani
   Niusie nyingi kaka, na dada mlo shuleni
   Tahadhari nawataka, 'sijingize migomoni
   Shuleni mnapogoma, aumiaye ni nani?

2. Mwadai kila wakati, hamli wali chuoni
   Vibanzi na kaimati, hamvipati mezani
   Madawati pia viti, hamtaki vya zamani
   Shuleni mnapogoma, aumiaye ni nani?

3. Hupaaza visauti, kusambaza ufitini
   Madai yakazatiti, ya kila mnotamani
   Kiyaweka mashariti, nayo mawe mikononi
   Shuleni mnapogoma, aumiaye ni nani?

4. Bila kuvuta fikira, mwajitoma migomoni
   Na kufunga barabara, wasafiri kafanyani?
   Mali nyingi mwaipora, hasara iso kifani
   Shuleni mnapogoma, aumiaye ni nani?

5. Mwazichoma karakana, maabara pia bweni
   Walimu mwawatukana, heshima hamthamini
   Kati yenu mwauwana, tukabaki na huzuni
   Shuleni mnapogoma, aumiaye ni nani?

6. Majanga huja mazito, yasitoke mawazoni
   Mfano Sinti Kizito, kileleta cha uhuni
   Kulouliwa watoto, wa kike mvutanoni
   Shuleni mnapogoma, aumiaye ni nani?

7. Pindi mkigunduliwa, ole wenu masikini
   Polisi mkiitiwa, hukimbizwa kama nyani
   Bwenini mkafukuzwa, mkakesha vichakani
   Shuleni mnapogoma, aumiaye ni nani?

8. Hasara mnoitia, sio haba fahamuni
   Wazazi waso hatia, hujikuta taabani
   Shidani mnawatia, uhuni upunguzeni
   Shuleni mnapogoma, aumiaye ni nani?

9. Mpatwapo na tatizo, suluhisho jadilini
   Mtoe yenu mawazo, myatie kwa mizani
   Mkumbwapo na kikwazo, wajuzi waulizeni
   Shuleni mnapogoma, aumiaye ni nani?

10. Kaditama yametosha, yapenye masikioni
    Na bongo kuwachemsha, waja sio hayawani
    Migomo nasema hasha, komeni ndugu komeni
    Shuleni mnapogoma, aumiaye ni nani?

TAZ: Nililipanua shairi hili baada ya ule mkasa wa Shule ya Upili ya St. Kizito (sasa St. Cyprian) kwenye kaunti ya Meru mnamo Julai 1991 ambapo wasichana 19 waliuawa katika mgomo. Shairi hili limewahi kukaririwa na wanafunzi wa Shule ya Upili ya Kanyakine mnamo Juni 1989 na pia wale wa shule ya Mseto ya Ruiri mnamo Machi 1992 na kupata tuzo. Lilikaririwa na wanafunzi wa Kanyakine kabla ya kuongezwa ubeti wa sita.

Maswali
1. Eleza dhamira ya mshairi katika shairi hili.
2. Fafanua kwa tafsili madhara yaletwayo na migomo, kwa kuzingatia athari kwa wazazi na wanafunzi wakati na baada ya migomo.

3. Mshairi anapendekeza suluhu gani kwa wanafunzi badala ya migomo?
4. Labda mshairi ametia chumvi kidogo baadhi ya viini vya migomo. Jadili kwa kutoa mifano kutoka kwa shairi.
5. Eleza ujumbe unaojitokeza katika ubeti wa sita.
6. Fafanua msamiati ufuatao.
    a) Pasi
    b) Yakazatiti
    c) Mkamba
    d) Mwajitoma
    e) Mwaipora
    f) Maabara
    g) Kileleta
    h) Uhuni
    i) Mizani
    j) Waja
    k) Hayawani

FUNDI BORA

1. Enda mwana sikawie, hino mbiu nipigie
   Watakao wasikie, zangu haja wakidhie
   Wasotaka nitulie, jangani watumbukie
   Weshipo wasitulie, laana ziwashukie

2. Mwana nenda kwake fundi, wa viatu nakweleza
   Wala 'sinate ja gundi, muda mwingi kupoteza
   Uvilete niburudi, viatu niloagiza
   Huyo fundi natangaza, kwake tena sitarudi

3. Mwana utokapo huko, pita kwake seremala
   Mweleze kwake kicheko, hicho tena hataola
   Hali kwangu niishiko, sina pema pa kulala
   Nishapo kunywa na kula, nilipate pumziko.

4. 'Sisahau pita kwake, yule mwashi mkaidi
   Pesa zangu utamke, kuzilipa hana budi
   Lau sivyo kichwa chake, na kipondwe nayo radi
   Afahamu toka jadi, Mlipizi yuko kwake

5. Wishapo fika kwa hao, 'sikubali kuhadawa
   Ushike ahadi zao, zilokwisha andaliwa
   Na kupangwa kama bao, za wateja kuchezewa
   Bao hizo watafungwa, si sisi leo ni wao.

6. Naye fundi wa redio, kwake tena situmani
   Mwaka umegonga leo, mi naye hatuonani
   Nampa hiyo redio, hiyo tena sitamani
   Naye Rabi wa imani, amzibe masikio!

7. Hebu mwana nikweleze, haya unapoondoka
   Maarifa uongeze, na mawazo kujengeka
   Bali kwanza nikulize, yupi fundi msifika?
   Nipe jibu la haraka, ndo safari uianze

8. Fikiri fikiri mwana, jawabu ninonuwia
   Namtaka alofana, asoweza kukwibia
   Usiku wala mchana, kazi yake tatimia
   Huyo ndiye fundi bora, wengineo matapeli

9. Kifaa hutomwachia, kwamba "hiki niundie
   Kesho nitakupitia, kishapo nikichukue"
   Hilo hatokubalia, muhali akufanyie
   Kwani ndiye fundi bora, wengineo matapeli

10. Naona hujang'amua, ubora unipe mji
    Nalo fumbo tafumbua, ingawa miye si gwiji
    Wondokapo hili jua, huyo bora mchumaji
    Fundi bora ni kinyozi, mwenginewe sitambui.

Maswali

1. Fafanua kwa muhtasari kisa kinachosimuliwa katika shairi hili.
2. Mshairi anawasawiri mafundi kama watu wa aina gani? Je, unakubaliana na mtazamo wake?
3. Taja mambo manne yanayothibitisha kuwa msemaji amekasirishwa na mafundi kadha.
4. Tunga shairi lisilopungua beti tano ukiwasifu mafundi.

BROKA?

1. Kuna mtu jina Broka
   Hunena kama mahoka
   Kumshinda hata hoka

2. Kitaka nunua shamba
   Ama loni kuiomba
   Bila broka utaimba

3. Kama walitaka gari
   Huyu broka ni hatari
   Keti hapo lisubiri

4. Kesi za mahakamani
   Mabroka namba wani
   Diradira wakibuni

5. Ajali ikikufuma
   Kitaka faidi bima
   Broka ndiye wa kutuma

6. Atabroka mashambani
   Afisi liko mjini
   Ana vituko ja jini

7. Huyo pesa takuunda
   Ukonde anapowanda
   Kwa maliyo kuiponda

8. Nini yake maalum
   Alosoma kahitimu
   Kazi yake ya kudumu?

9. Huyu broka ni bepari
   Ama mkora hodari?
   Simwelewi nakariri

Swali
1. Fafanua wasifu wa broka kwa mujibu wa shairi.
2. Kwa maoni yako, broka ni watu wa aina gani? Je, wana umuhimu wowote katika jamii?

KINAYA CHA KISOMO

1. Kisomo si kwenda shule, ukaketi darasani
   Kwa vijiti na tungule, na
   hesabu   sakafuni
   Au chini ya mvule, shule yao wa zamani
   Hata iwe ya jandoni, hino ndugu ni elimu

2. Kisomo si sekondari, na ndaki kujipumbaza
   Kwa baraka zake mbari, na kwingi kukupongeza
   Wakakupa ikirari, ng'ambo ukafululiza
   Kupanda ndege hakika, si kisomo nakujuza

3. Kisomo si chako cheti, hino yako digirii
   Ofisi ilo mufuti, wadogo wakikutii
   Masimu kila wakati, kutwa kuchwa hutulii
   Hicho katu si kisomo, wapo waloelimika

4. Kisomo si Kingereza, Kiswahili kutosema
   Nusura wite baraza, na nyaraka kuzituma
   Kusudi kujitangaza, kwayo lugha unosema
   Hayo yako majigambo, kisomo si yako lugha

5. Kisomo si kuandika, mabuku na majarida
   Kokote ukasomeka, 'kivutia zako mada
   Ukapambwa mtajika, kwa kutuzwa mashahada
   'Ngawa hicho ni kisomo, chenginecho pia kipo

6. Kisomo sio mavazi, ya kutia macho kiwi
   Fashoni zile na hizi, madoa kama ya chuwi
   Na marashi ya fukizi, tibaye uvundo muwi
   Wanacho chao kisomo, hata walo Kalahari

7. Kisomo si yako tai, na suti yako nyeusi
   Usojua haifai, Afrika ya weusi
   Kule jua liko hai, halifumbi siku mosi
   Eti kwamba u msomi, wataka kuwa simati

8. Kisomo si kutoweka, mashambani usionwe
   Mijini ukizunguka, kwa mabenzi siyo yamwe
   Wazazi wakikutaka, wamba wasikusumbuwe
   Gari lako litakwama, njiani za vichochoro

9. Kisomo si kujiumba, kwa majina ya kughushi
   Jinalo twajua Mwamba, wataka tukwite 'Mwashi'
   Sikuyo ya kuwa kimba, 'tasema tukwite 'kishi'?
   Kama hicho ndo kisomo, hicho miye sikusoma!

10. Kisomo si kibandiko, au jina kibabani
    Kukinadi kilichoko, wavutiwe wenye mboni
    Kumbe ndani ni kikoko, na kamasi la mhuni
    Si kilemba cha kafiri, kisomo ni kuhudumu.

Maswali

1(a) Fafanua dhamira ya mshairi kwa kuzingatia kichwa cha shairi hili.

(b) Lipe shairi hili kichwa kingine mwafaka

(c) Taja aina mbili kuu za kisomo kwa mujibu wa ubeti wa kwanza.

(d) Taja viwango viwili muhimu vya elimu alivyovigusia mshairi katika ubeti wa pili.

2. Taja mambo yote yanayoibeza elimu kama yalivyoelezwa katika shairi hili.

3. Kwa mujibu wa mshairi kisomo kina dhima gani katika jamii?

GITHERI

1. Githeri asokijua, n'nani nimtambuwe
   Wakenya wakisifia, kwa bei na utamuwe
   Chakula kilo murua, mahindi na maharagwe
   Githeri ndicho chakula, vyenginevyo ni anasa.

2. Githeri si mashambani, na mijini ukipita
   Jitome kiosikini, kiagize utapata
   Sahani lilosheheni, kwayo bei ya mkata
   Githeri ndicho chakula, vyenginevyo ni anasa.

3. Githeri wapi mpaka, Busia hadi Mombasa
   Chatengezwa sina shaka, hotelini za kisasa
   Mashuleni kadhalika, ya upili hasa hasa
   Githeri ndicho chakula, vyenginevyo ni anasa.

4. Githeri chakula bora, kikaangwapo kwa mboga
   Na viungo bora bora, 'kitia na kukoroga
   Ni mapishi yetu bara, wa pwani wametuiga
   Githeri ndicho chakula, vyenginevyo ni anasa.

5. Githeri hukupa nguvu, pia mwili kuujenga
   Mboga hubakisha kovu, majeraha kiyaunga
   Karoti ni ya wangavu, kumakinisha maninga
   Githeri ndicho chakula, vyenginevyo ni anasa.

6. Githeri ni jasho letu, mimea tunayokuza
   Vinoagizwa si kitu, visije kutupumbaza
   Vituache visu butu, ladha yake tukiwaza
   Githeri ndicho chakula, vyenginevyo ni anasa.

7. Githeri nilapo mimi, jirani nofu la kuku
   Mwengine chapati kumi, au tambi kwa shauku
   Katu moyo hunifumi, niwaze wali na kuku
   Githeri ndicho chakula, vyenginevyo ni anasa.

8. Githeri sitomaliza, kusarifu sifa zake
   Mie ndicho kiambaza, kifanyacho nijengeke
   Dhahabu ninakituza, kimevishinda vyenzake
   Githeri ndicho chakula, vyenginevyo ni anasa.

Maswali

1. Mshairi anakisifu githeri kwa marefu na mapana. Taja sifa tatu anazozitoa.
2. Taja baadhi ya viungo anavyovipendekeza mshairi katika upishi wa githeri.
3. Fafanua maudhui yaliyomo katika ubeti wa sita.
4. Uandike ubeti wa saba katika lugha natharia.
5. Lichambue shairi hili kwa upande wa arudhi.
6. Fafanua msamiati ufuatao kama uliyotumika katika shairi.
   a) Murua
   b) Anasa
   c) Lilosheheni
   d) tambi
   e) Kovu
   f) Wangavu
   g) Maninga
   h) Kusarifu
   i) Kiambaza

WENYE TATA

1. Nimeketi na kuwaza, kwa nadhari na mithali
   Mawazo yakatatiza, nikashindwa kuhimili
         Nikatunga
   Kutangaza nondoshewe mushkili

2. Japo mali huliwaza, iwapo aridhihali
   Mfanowe muangaza, kuondosha giza kali
      Kwingineko
   Waishiko matajiri hawalali

3. Manaizi hujikaza, kulimbiza nyingi mali
   'Kijawa mauzauza, afadhali majangili
      Kwenye giza
   Na mwangaza daima wasaka mali.

4. Vyombo vinapotangaza, kuzuka moto mkali
   Habari zinawaliza, kwani katapaza mali
      Kwa waganga
   Hupenyeza wakapigiwe ramli

5. Wawapo wazungumza, hukunja nyuso vikali
   Lugha yao yashangaza, hawaneni Kiswahili
      Kingereza
   Huigiza maneno yasende mbali

6. Wendapo kwenye baraza, ulinzi huwa mkali
   Nyumbani hujitangaza, 'Tahadhari mbwa kali'
      Peleleza
   'Tashangaa waogopavyo jahili

7. Wachochole nawajuza, mchukue wazo hili
   Si bora kujipuuza, kujiona mu dhalili
      Mwajiweza
   Fahamuni wa moja havai mbili.

8. Dunia yanishangaza, naungama jambo hili
   Sineni kuwachukiza, ni kweli ninokabili
      Niamini
   Matajiri wana shida kwelikweli

MWAKONDA MWAKONDEANI?

1. Leo nawatoa wazi, muoneke mwangazani
   Sikizeni wachochezi, wenye roho za kihuni
   Mlojawa ubaguzi, khiana na kisirani
   Mwakonda mwakondeani, kwa siasa za jikoni?

2. Hampati usingizi, mara mko mafichoni
   Mkifanya uchunguzi, wa maneno ya pembeni
   Na kuzua ya chukizi, ya wenzenu kufitini
   Mwakonda mwakondeani, kwa siasa za jikoni?

3. Hamuachi upekuzi, mpitapo mitaani
   Mwapeleka udakuzi, muendapo masokoni
   Na siasa za kipuzi, mwaingiza kwenye dini
   Mwakonda mwakondeani, kwa siasa za jikoni?

4. Hamtendi zenu kazi, mpate walau nini
   Mmejawa na ajizi, hamtui mashambani
   Mwaishia ujambazi, na tabia za kihuni
   Mwakonda mwakondeani, kwa siasa za jikoni?

1. Nyumbani hambarizi, mwapenyeza mipakani
   Mwatafuta uchongezi, wagombane majirani
   Maneno yaso mizizi, daima yamo vinywani
   Mwakonda mwakondeani, kwa siasa za jikoni?

2. Nyuso mwazikunja wazi, muonapo majirani
   Mnatokwa na machozi, watendapo la thamani
   Ila katu hamuwezi, kutawala duniani
   Mwakonda mwakondeani, kwa siasa za jikoni?

3. Nifungapo beti hizi, wachochezi kumbukeni
   Kwa nini mwapiga mbizi, mwaibuka na tufani
   Hili msijemaizi, twawapiga darubini
   Mwakonda mwakondeani, kwa siasa za jikoni?

Maswali
1. Fafanua maudhui ya uchongezi kama yalivyojitokeza katika shairi hili.
2. Eleza hali zinazowakumba wachongezi tokea ubeti wa nne hadi wa sita.
3. Yaelekea wachongezi wanakabiliwa na hatari fulani. Jadili kwa kurejelea ubeti wa mwisho.
4. Kibwagizo cha shairi hili kina umuhimu gani?
5. Katika ubeti wa sita mshairi anasema, "Ila katu hamuwezi, kutawala duniani". Kauli hii ina umuhimu gani katika shairi?

NENO HILI 'SAMAHANI'

1. Hili neno tufahamu, binadamu hukosea
   Kwa kasi tusihukumu, kosa bila kupimia
   Lilo kwetu ni muhimu, makosa kuyajutia
   Neno hili 'samahani', si wimbo kuongolea

2. Si kosa kufanya kosa, tia hili maanani
   Bali hulihami kosa, urudipo makosani
   Ja tabia ya karasa, mwiba kuku vibandani
   Neno hili 'samahani', si wimbo kuongolea

3. Ukosapo mora moja, usifanye mazowea
   Kidonda ukakitoja, machungu kiongezea
   Majuto mbio yakaja, na mambo kukulemea
   Neno hili 'samahani', si wimbo kuongolea

4. Kosa liwapo la leo, ndugu omba samahani
   Usingoje matokeo, na maovu kuthamini
   Ufike wake upeo, ungie mashitakani
   Neno hili 'samahani' si wimbo kuongolea

5. Bali nataka kuonya, hili neno 'kizoea
   Pasi haki kuifanya, mzaha 'kilifanzia
   Utakuja kubambanya, jangani 'kitumbukia
   Neno hili 'samahani', si wimbo kuongolea

6. Neno hili samahani, lisitoke midomoni
   Huku wako mtimani, kinaya kimesheheni
   Yako 'sori' midomoni, isitiwe matendoni
   Neno hili 'samahani', si wimbo kuongolea

Maswali

1. "Kosa moja haliachishi mke". Thibitisha ukweli wa methali hii kwa kurejelea shairi hili.
2. Eleza ujumbe uliomo kwenye kibwagizo.
3. Katika kuendeleza maudhui yake mshairi amejirudiarudia. Wadhani ni kwa nini amefanya hivi?
4. "Si kosa kufanya kosa..." Je, unaafikiana au kutoafikiana vipi na wazo hili?
5. Mshairi anamaanisha nini katika ubeti wa mwisho?
6. Eleza matumizi ya lugha yafuatayo:
   (a) Wimbo kuongolea
   (b) Tabia ya karasa
   (c) Kidonda ukakitoja
   (d) Ufike wake upeo
   (e) 'Sori'

UPATAPO JEMBE JIPYA

1. Mja umebadilika, hauwi kama zamani
   Umeanza vurugika, sisemi mfano nini
   Hebu waza 'kikumbuka, ulivyokuwa mbeleni
   Upatapo jembe jipya, usitupe kiserema

2. Hapo zama ulilima, hubanduki mashambani
   'Kitumia kiserema, chengine huna hunani
   Kwingine hukutazama, ukawa huna mtani
   Upatapo jembe jipya, usitupe kiserema

3. Asubuhi na mapema, 'litoka usingizini
   Kijembe waosha vyema, wakinoa kwa makini
   Shambani unajitoma, kama swara wa nyikani
   Upatapo jembe jipya, usitupe kiserema

4. Unalima siku nzima, hautui kivulini
   Magharibi wasimama, wafungua zako mboni
   Watazama huko nyuma, wafarijika moyoni
   Upatapo jembe jipya, usitupe kiserema

5. Ukawa unaungama, hauoni cha thamani
   Ila chako kiserema, na mavuno ya shambani
   Hukujali ya shutuma, ni kijembe mkononi
   Upatapo jembe jipya, usitupe kiserema

6. Wakati ukawadia, kipofu kupata mboni
   Ya pembe kujijulia, yapitayo mitaani
   Nyumbani hukutulia, moyowo kakufitini
   Upatapo jembe jipya, usitupe kiserema

7. Ukawa waparamia, kufikia matawini
   Ndipo ukakimbilia, jembe jipya madukani
   Mikononi kulitia, ukatupa la zamani
   Upatapo jembe jipya, usitupe kiserema

8. Nyumbani ulikimbia, wazo jipya ubongoni
   Wala hukujizuwia, kapofuka hauoni
   Hasara ukajitia, ukeshia majutoni
   Upatapo jembe jipya, usitupe kiserema

Maswali
1 (a) Eleza tofauti zilizoko kati ya mhusika wa zamani na mhusika wa sasa.
   (b) Fafanua kibwagizo cha shairi hili.
   (c) Taja na kufafanua bahari ya shairi hili.
2 (a) Ni hasara gani inayorejelewa katika ubeti wa mwisho? Toa sababu za jibu lako.
   (b) Eleza tofauti ya jembe jipya na kiserema kwa mujibu wa shairi.

JANA NA KESHO NA LEO

Zindukeni mlolala, kwani leo imekuchwa
Muanze huno muhula, kwa juhudi zake mchwa
Msake leo chakula, kiporo hakikuachwa
Leo si jana na kesho, kesho hatujaiona

Kesho hatujaiona, nayo jana ipitile
Ya jana yalipishana, majambo haya na yale
Mengine ya kunang'ana, yenziye nalo gizale
Leo si jana na kesho, ya jana tumeshaganga

Ya jana tumeshaganga, ya kesho tutayaona
Insha Allah ikigonga, yajapo tutapambana
Taratibu tukipanga, apendavyo Maulana
Leo si jana si kesho, si juzi wala mtondo

Si juzi wala mtondo, leo hino tukabili
Tuiwane yake kondo, ala tutie makali
Sambi shoka wala nyundo, wala panga lilo kali
Leo ni leo si kesho, tutende lilo wajibu

Tutende lilo wajibu, kwayo leo kutakasa
Yote mema kijaribu, na wenzetu kuwaasa
Wayatende ya sulubu, kichunguza kila kosa
Leo ni leo si kesho, si jana umeshajuwa

Si jana umeshajuwa, ishi leo mwanakwetu
Yaliyopo kitatuwa, kitimiza kila kitu
Nawe hili tagunduwa, hutapata lilo butu
Kwani leo ndiyo leo, mwamba kesho ni muongo.

Maswali
1. Ifafanue LEO kama ilivyojitokeza katika shairi hili.
2. Leo, jana na kesho zinao uhusiano gani?

MALIWAZO?

1. Haitoshi kuketi, na kushika tama
   Bila kujizatiti, kutenda la hima
   Wondoe vizingiti, vinokuandama
   Uezeke kwa bati, na kuta za chuma
   Uje fika wakati, wa kuwa u wima
   Lijapo la sharuti, upate salama.

2. 'Silaumu shetani, likwamapo jambo
   Udhani u dhambini, liumapo tumbo
   Iwe makanisani, mwapigana kumbo
   Na hosipitalini, hata pawe chambo
   Mwajitia imani, eti hamjambo
   Mko majaribuni, tokeo kitambo

3. Mola husaidia, asojilegeza
   Mengi 'kijaribia, suluhu 'kiwaza
   Sio kujikalia, na kujipumbaza
   Yote ukimwachia, Rabi kutimiza
   Unapomlilia, ungoje mwangaza
   Ufunguliwe njia, moyo 'kiliwaza

4. Dini isikuuwe, na kukuzuzuwa
   Uwe u kama jiwe, lisojitambuwa
   Kote usukwesukwe, pawi uje tuwa
   Majaaliwa iwe, hata kwa beluwa
   Nyepesi japo iwe, isije zuiwa
   Usipambazukiwe, jinsi mambo huwa

Maswali
1. (a) Kwa kifupi jadili ujumbe anaoutoa mshairi.
   (b) Yaelekea mshairi anapinga imani ya kidini iliyokidhiri. Thibitisha kwa mujibu wa shairi.
   (c) Mshairi ana dhamira gani anaposema "Uezeke kwa bati, na kuta za chuma"? Hii ni mbinu gani ya lugha?
2. Eleza umbo la shairi hili.
3. (a) Andika kwa kikamilifu maneno yafuatayo
      i. Wondoe
      ii. Inokuandama
      iii. Lisojitambuwa
   (b) Eleza maana ya maneno yafuatayo kama yalivyotumiwa katika shairi
      i. Kujizatiti
      ii. Chambo
      iii. Kukuzuzuwa
      iv. Pawi
      v. Beluwa

JINA JIPYA

1. Ewe mja uishiye, mwenye sifa kochokocho
   Tua hili usikiye, niseme kimachomacho
   Wishipo ujijuliye, nisemacho kwani ndicho
   Nakujuza jina jipya, linopewa wapendwao

2. Halipewi malaika, kitoto kizaliwapo
   Au waja watukuka, zao sifa ziimbwapo
   Yatajiri mashitaka, hakika lighaniwapo
   Bali jina hilo jipya, watapewa hata wao

3. Ni jina lisopendeza, litajwapo hadharani
   Nao wengi huwaliza, na mlo kutotamani
   Mitimani hulemaza, ligongapo fikirani
   Utapewa hilo jipya, lisopewa wapendao

4. Hilo jina ubatizo, mithili PETER Faranga
   Nalo lake fululizo, ni MAREHEMU Faranga
   Dini yako si tatizo, dini zote zalipanga
   Utapewa hilo jipya, wasopinga wajiwao

5. Sikuyo itimiapo, watakwita MAREHEMU
   Ulale utue hapo, 'sipewe japo salamu
   Utaonwa kama popo, msi hali ya kudumu
   Utapewa jina jipya, MAITI wakwite hao

6. Ifikapo hino siku, na msiba kuanguka
   Si mchana si usiku, hao watajumuika
   Kwa marashi yalopiku, usije katu kunuka
   Utapewa hili jipya, MWILI watakwita hao

7. Matanga yataandawa, wale wanywe na kuimba
   Lije jua na mvuwa, ni sherehe kuipamba
   Ela hili hutajuwa, washakubatiza KIMBA
   Utapewa hili jipya, HAYATI kwa kumbukio

8. Jenezani kishatiwa, mochari taondolewa
   Kaburini utatiwa, udongo taporomoshwa
   Yafatiye na mauwa, na msalaba kupandwa
   Utapewa hili jipya, JIFU wala hutojuwa

9. Waja watakutukuza, ulivyoyatenda 'mema'
   Na ibada kuongoza, wafariji wa mitima
   Uombewe kwa Muweza, ulazwe palipo pema
   Utapewa hilo jipya, MFU ubatizwe nao

10. Kisha watafumukana, kila ndege na mbawaze
    Wende wakisemezana, linginelo wasiweze
    Kwani lake Maulana, keshatenda kwa nguvuze
    Utapewa hilo jipya, MZOGA utwikwe cheo

11. Hilo jina lipulike, watakwita watu wako
    Wa kiume pia kike, waigize sikitiko
    Na michozi 'bubujike, sawa nayo mafuriko
    Utapewa haya mapya, MAREHEMU MFU KIMBA!

KARAMUNI

Ni karamu, karamu iso mwaliko
Si haramu, isemwe ina vituko
Ni kaumu, wajao kwa changanyiko
    Karamu iso mwaliko

Ifikapo, cheo hakithaminiwi
Hadi hapo, waja hawabaguliwi
Kwamba yupo, wa kuachwa haitiwi
    Karamu iso mwaliko

Karamuni, waja ndo hujialika
Madhumuni, sirini wakiyaweka
Mitimani, mengi yakiwafurika
    Karamu iso mwaliko

Wa kulia, hulia wakiliwazwa
Wenye nia, za kinyama haupendezwa
Ela njia, hino hino tafatizwa
    Karamu sio mwaliko

Kwisha kazi, nyumbani hujirudia
Waziwazi, mengi wakiyawazia
Utatuzi, wasambe tukajulia
    Karamu iso mwaliko

Walobaki, kulokuwa na karamu
Kwazo dhiki, kula wasipate hamu
Hushiriki, maongezi yaso tamu
    Karamu iso mwaliko

Maswali
1. Eleza mambo yote yanayotendeka katika karamu hii.
2. Fafanua kwa kutolea mifano mbinu zifuatazo kama zilivyotumika shairini.
    a. Inkisari
    b. Kufinyanga sarufi.
3. Shairi hili ni msuko na pia mandhuma. Fafanua.

KIFO

Kifo ni faradhi, kwa kila kiumbe

Watu watahadhari, moto wa Jehanamu

Wajitayarishe, kungia peponi

Amekiweka Muumba, akiwa nalo kusudi

Kupunguza viumbe, walio duniani

Lau si kifo, ingekuwaje?

Tungeishi milele, na kwingi kuzaana

Tujaze dunia, ije kufurika

Ishindwe kutukidhia, tuanze kulana nyama

Kama wanyama, tujipunguze

Lakini Vipi

Hatufi!!

Maswali

1. (a) Eleza falsafa ya mshairi kuhusu kifo.
   (b) Je, falsafa hii inaafikiana vipi na ukweli wa mambo?

2. Swala la dini linajitokeza vipi katika shairi hili?
3. Fafanua umbo la shairi hili.

'SILAUMU BOMU

Nitazamapo runinga
'Habari za ulimwengu'
Au kusoma magazeti
Huwaza; huwaza sana

Lau binadamu angeweza
Angelipuka
Kwani ni nafsi yake
Naam; NAFSI YAKE
Ndiyo imwongozayo
Kupanga, kuunda, kutega
Na kulipua mabomu

Lau angeweza
Hangeunda tonoradi
Hangeunda bastola
Hangeunda klashkov
Hangeunda, kamwe hangeunda risasi
Na gesi ya kutoa machozi

Lau angeweza
Zana kali hazingeundwa
Grunedi
Mizinga
Makombora;
Hata nyambizi

Lau angeweza
Hata silaha za vijijini:

Mapanga, mashoka, viboko, manati;
Rungu hazingekuwapo

Bakora zingetukongoja
Tukomaapo
Badala ya kutokomea
'Kitokomezwa na wenzetu

Kwani hawezi
Akataka msaada
Zana hizi zilipuke
Zifyatuke
Zicharaze
Zikate
Ziue
Ziangamize dunia
Kwa niaba yake

Ilipukayo na kufyatuka
Na mengi kuhesabika
Ni nafsi yake
Ni bongo lake
Lipangalo mauti

Ni nafsi ya wivu
Nafsi ya ushindani
Ya kiu
Ya ubarakala
Kujitakia makuu

Lau sivyo
Bomu halingekuwapo
Halijiundi
Hivyo 'sililaumu

Sura ya Nne

Matukio ya Kukumbukwa

AMETUTOKA WAMALWA

1. Kwalo jua la utosi, elifu mbili na tatu
   Siku hiyo Jumamosi, ya ishirini na tatu
   Mwezi nane wa mkosi, ulitutoka mwenzetu
   Umetajaa nyoyoni, japo machoni haupo

2. Wingu lilitanda Kenya, la msiba kutufika
   Wamalwa tulimmanya, kiongozi msifika
   Maneno hakubambanya, kifasaha 'litamka
   Umetujaa nyoyoni, japo machoni haupo

3. Ali mwanamageuzi, mwanasheria hodari
   Kajitwika utetezi, huku mema 'kitabiri
   Yakajiri mageuzi, Wanakenya kuwa huri
   Umetujaa nyoyoni, japo machoni haupo

4. Ni mwanakindakindaki, kipenzi cha walo wema
   Alosimama shakiki, yalo mema kuyasema
   Kwa vitendo kushiriki, katu hakubaki nyuma
   Umetujaa nyoyoni, japo machoni haupo

5. Walikimwita KIJANA, kwa juhudi za mapema
   Miakaye ya ujana, kwa siasa 'lijitoma
   Kijasiri kapambana, cha Ubunge kasimama
   Umetajaa nyoyoni, japo machoni haupo

6. Alipongia bungeni, huko nako hakulala
   Mawi hakuyatamani, wala kula mlungula
   Shujaa wa Upinzani, alikuwa mcha Mola
   Umetujaa nyoyoni, japo machoni haupo

7. Ilijiri siku mosi, nalo taji kalipata
   Kawa Makamu Raisi, tulipovishinda vita
   Hakwandamwa na utesi, wala zogo kumpata
   Umetujaa nyoyoni, japo machoni haupo

8. Katika maradhi yake, alizidi kaza mwendo
   Katika kitanda chake, alibaki mzalendo
   Na katika kifo chake, tukamwaga kwa upendo
   Umetujaa nyoyoni, japo machoni haupo

9. Wakenya poleni sana, sote tumo msibani
   Tumepoteza kwa kina, mashambani na mijini
   Ewe wetu Maulana, tufariji mitimani
   Umetujaa nyoyoni, japo machoni haupo

Swali

1. Fafanua wasifu wa hayati Wamalwa Kijana kwa mujibu wa shairi hili.

NDOTO ZA KIAMA

1. Nataka kuhadithia, yatiwe kumbukumbuni
   Majanga yalotukia, yalozushwa na Fatani
   Afrika nako pia, tukanaswa mtegoni
   Nusura tuwe vitani, kila pembe duniani

2. Ulianza uvamizi, ng'ambo za ughaibuni
   Walowezi kama wezi, walifanya ushetani
   Wakazusha uchokozi, kuwateka majirani
   Nusura tuwe vitani, kile pembe duniani

3. Ulifata mgogoro, huko Ghuba ndanindani
   Wazalendo kwa kihoro, walifunga zao mboni
   Wakawa kama watoro, walonaswa ugenini
   Nusura tuwe vitani, kila pembe duniani

4. Mambo yalizidi sana, kushangaza duniani
   Ikawa ni mbona mbona, Hasidi kafanya nini?
   Duniani kila kona, ni fatani mlaani
   Nusura tuwe vitani, kila pembe duniani

5. Mgogoro wa mafuta, ukawa kama tufani
   Shida nyingi tukapata, mashambani na mijini
   Eti kwamba kuna vita, huko mbali ugenini
   Nusura tuwe vitani, kila pembe duniani

6. Nauli zilipandishwa, tukakwama safarini
   Mambo mengi kafungashwa, kupagazwa mashinani
   Kila mtu kaonjeshwa, sumu yake ufatani
   Nusura tuwe vitani, kila pembe duniani

7. Ikawa upitiako, ni athari ya fatani
   Hata bei ya tumbako, pia pombe mashakani
   Nyama hata ya kiboko, ni ja vito vya thamani
   Nusura tuwe vitani, kila pembe duniani

8. Ndizi na sukumawiki, pia mboga ya kijani
   Sukari hata samaki, usivipate kwa deni
   Ulizapo kisa hiki, wajibiwa "ni Shetani!"
   Nusura tuwe vitani, kila pembe duniani

9. Kisha vilizuka vita, vyenye wengi wathamini
   Makombora yalikita, na mizinga uwanjani
   Nchi nyingi kajikuta, zajizatiti jeshini
   Nusura tuwe vitani, kila pembe duniani

10. Yalijiri mauaji, wanyama na ihuwani
    Papo hapo uchomaji, wa mafuta ulo shani
    Na mwingi ubomoaji, falume kawa tabani
    Nusura tuwe vitani, kila pembe duniani

11. Vilibashiriwa vita, vya Tatu Ulimwenguni
    Kukawa na nyingi tata, hata kugusia dini
    Wengine wakaja ota, dunia i ukingoni
    Nusura tuwe vitani, kila pembe duniani

12. Hatimaye walishindwa, wanajeshi wa Fatani
    Na shwari ikarejeshwa, kote hata mipakani
    Wazalendo wakatuwa, wakarudi farajani
    Nusura tuwe vitani, kila pembe duniani

Maswali
1. Katika shairi hili mshairi ametumia neno 'Shetani' na 'Ushetani'. Toa tafsiri mwafaka ya maneno haya kwa mujibu wa shairi.
2. Eleza kwa tafsili kisa anachokisimulia mshairi, huku ukionyesha athari za kiuchumi zilizoletwa na Fatani.
3. Onyesha madhara ya vita anavyovisimulia mshairi katika ubeti wa 9-11.
4. "Baada ya dhiki faraja" Fafanua ujumbe ulioko katika ubeti wa mwisho kwa kuzingatia methali hii.
5. "Amani haiji ila kwa ncha ya upanga". Fafanua methali hii kwa kurejelea shairi zima.
6. Lipe shairi hili kichwa kingine mwafaka.
7. "Ploti ni mtiririko wa visa na vitushi katika kazi ya fasihi". Onyesha jinsi mshairi alivyofaulu katika kufululiza kisa alichokisimulia.

VYAMA VISIWE SABABU

MABIBI   Bwana zetu kaondoka, na kuapa kutorudi
              Eti vyama walotaka, havikupata ushindi
              Wake zao kadhalika, wamekuwa mahasidi.

              Tangu kura kutangazwa, vyama vyetu vikashinda
              Bwana zetu kapagawa, hutupiga kama punda
              Wasema tumegeuzwa, tumeacha kuwapenda

MABWANA: Yote tumeyasikia, mlokuwa mwapayuka
              Mambo kutusingizia, bali hatutoyeyuka
              Muanze kufikiria, tunaweza kutishika

Ni sisi tuamuao, njia mtakayofata
Upuuzi msemao, hauwezi kutuvuta
Tuwafate mbiombio, marinda kiwakamata

MABIBI: Sikizeni tuwambie, vyama visiwe sababu
Tusemapo mtupige, tunyamaze kama bubu
Waume mtukalie, toka enzi za mababu

Sisi bado tu wenzenu, vyama visiwe sababu
Mtutenge na wanenu, ndoa zenu mharibu
Tusisake kila mbinu, suluhisho kujaribu

MABWANA: Pengine mwasema kweli, vyama visiwe sababu
Waume kuwa wakali, kijipandisha ghadhabu
Mambo wasiyakabili, kwazo njema taratibu.

Ukweli tumetambua, vyama visiwe sababu
Migogoro kuizua, watoto wapate tabu
Siasa wasoijua, iwapatishe adhabu

WOTE: Mikono tushikaneni, tumalize tofauti
Tuishi kama zamani, vyama visipenye kati
Vitufanye maluuni, tuanze pigana shuti!

Hebu tazameni dini, madhehebu tofauti
Tazama zao kanuni, kanisa na misikiti
Migongano ya imani, kati vita haileti

TAZ: Nilitunga shairi hili mara tu baada ya uchaguzi wa kwanza wa vyama vingi vya kisiasa nchini Kenya mnamo tarehe 29/12/92. Linajaribu kutoa suluhu kwa mitafaruku iliyozuka katika jamii baada ya uchaguzi huo wa kihistoria. Liliigizwa katika tamasha za michezo ya kuigiza na wanafunzi wa Shule ya Mseto ya Kaaga (sasa Kaaga Boys) mnamo Machi 1993.

Maswali

1. Shairi hili lina maudhui ya kisiasa na kijamii. Jadili.
2. Fafanua hali inayomkumba mwanamke katika mazingira aliyoyasawiri mshairi.
3. Hatimaye ni nani mshindi katika kadhia nzima? Thibitisha.
4. Suluhisho analolitoa mshairi linambeza na kumdunisha mwanamume. Jadili.
5. Lichambue shairi hili kimtindo; Je, liko katika bahari gani?

NI WENGI WALOANGUKA

1. Adhaniye kasimama, si ajabu kuanguka
   Ashituke ole mama, kisha mbio kutimka
   Viragoye hima hima, afungashe na kwondoka
   Ni wengi waloanguka, na wazidi kuanguka.

2. Tumeona Afirika, waasisi wa dhuluma
   Walopata kusifika, kwa kutenda yaso mema
   Hatimaye wakang'oka, na majuto kuandama
   Ni wengi waloanguka, na wazidi kuanguka.

3. Huko Kati hebu pima, Bokassa alivyonuka
   Hata watu kula nyama, jokofuni 'kiiweka
   Liberia nayo nasema, ni Doe alochanuka
   Ni wengi waloanguka, na wazidi kuanguka.

4. Uganda ilotukuka, nayo ilipata nduma
   Ya Amini kusikika, kama simba 'kinguruma
   Mwisho alivyoraruka, hakupata wa kufuma
   Ni wengi waloanguka, na wazidi kuanguka.

5. Somali washaanguka, wale nyoka wa visima
   Siad Barre alivuka, Aideed naye nyuma
   Pia wao vibaraka, siku zao zayoyoma
   Ni wengi waloanguka, na wazidi kuanguka.

6. Kongo tumeshayapima, Mobutu alivyong'oka
   Kabila aliyevuma, naye akavurugika
   Mahasidi 'limpima, uhaiwe 'kamtoka
   Ni wengi waloanguka, na wazidi kuanguka.

7. Rwanda ilishamwagika, damu kutisha mitima
   Malaki wakatutoka, 'kiuana ja wanyama
   Makabila yakitaka, enzi zao kusimama
   Ni wengi waloanguka, na wazidi kuanguka.

8. Sudani yataka koma, kura zimeshapigika
   Ethiopia i nyuma, nako Libya kunafuka
   Twakuomba e Karima, vita mwisho vije fika
   Ni wengi waloanguka, na wazidi kuanguka.

9. Nakuliza Afirika, unijibu ewe mama
   Hino damu kumwagika, itakoma lini mama?
   Hawa nduli vibaraka, siku gani watakoma?
   Ni wengi waloanguka, na wazidi kuanguka.

Tanbihi: Shairi hili lilikaririwa na mwanafunzi wa Kanjalu na baadaye wa Ruiri na kupata tuzo katika tamasha za nyimbo na mashairi mkoani Mashariki. Baadaye liliharririwa ili kuhusisha maswala-ibuka.

NITAPANDA NIPENDALO

1. Jinale siyo muhimu, nambari wala muundo
   Ama waliomo humu, niwafate kwa kishindo
   Hata wabebapo sumu, ilojawa na uvundo
   Nitapanda nipendalo, sipumbazwi kwa porojo.

2. Gari lipake marangi, liwe linametameta
   Ulipe majina mengi, yabandikwe kwenye kuta
   Visifa na sifa nyingi, nyingi zilo na utata
   Nitapanda nipendalo, sipumbazwi kwa porojo.

3. Ajiri pia manamba, watangaze kwa sauti
   Kwa maneno ya kufumba, na misemo tofauti
   Hata utumie kamba, kunivuta sikufati
   Nitapanda nipendalo, sipumbazwi kwa porojo

4. Nauli iteremshe, abiria kuvutia
   Na vinywaji uwanyweshe, kiu kuwapunguzia
   Utukufu waonyeshe, chambo cha kuwanasia
   Nitapanda nipendalo, sipumbazwi kwa porojo

5. Wachezee hata nyimbo, wende wakiburudika
   Wawe wapigana kumbo, rumba wakilikatika
   Tekeleza kila jambo, gari liwe lasifika
   Nitapanda nipendalo, sipumbazwi kwa porojo.

Miale ya Mashariki

6. Gari likatie bima, liwe pia na ulinzi
   Kisha liendeshe vyema, hata bila tumbuizi
   Na garaji kila juma, lifanyiwe ukaguzi
   Hilo ndilo nipandalo, sipimbazwi kwa porojo.

7. Hata liwe la zamani, nitapanda lilo hili
   Hata lioneke duni, jengine miye sinalo
   Ni hilo ninothamini, nisemalo ndilo ndilo
   Hilo ndilo nipandalo, sipumbazwi kwa porojo.

8. Gari sifuati jina, bora mema mapatano
   Nako kuaminiana, pasiwepo magombano
   Matatizo kwambizana, pawe marekebishano
   Hilo ndilo nipandalo, sipumbazwi kwa porojo.

9. Safari iwe salama, tusiwe na majeruhi
   Au njiani kukwama, na mengi yanokirihi
   Bongo zetu ziwe wima, ya keshoye tuyawahi
   Hilo ndilo nipandalo, sipumbazwi kwa porojo.

10. Sihitaji kupumbazwa, nafahamu usafiri
    Siwi bongo kugeuzwa, na mambo mnokariri
    Gari linalotukuzwa, mwisho wake natabiri
    Hilo silipandi hilo, nidhuriwe na porojo.

Tanbihi: Shairi hili linarejelea uanzishwaji kwa mfumo wa vyama
vingi vya kisiasa nchini Kenya ambapo tabia ya kuhamia chama kimoja hadi kingine ilikita mizizi. Mshairi anatoa msimamo wake kuhusu swala hili.

Maswali

1. Mshairi ametumia jazanda ya gari kuendeleza ujumbe wake. Eleza maana ya jazanda na uonyeshe jinsi ilivyotumika.
2. Mhusika katika shairi hili ni mtu anayetambua haki zake na ana msimamo thabiti. Thibitisha kwa kutoa mifano mwafaka.
3. Yalinganishe magari haya anayoyazungumzia mshairi. Je, ni lipi linalokuvutia? Toa sababu mwafaka.
4. Eleza jinsi mshairi anavyobadilisha sauti yake kufikia ubeti wa sita.

KIU CHETU

Twafa kiu
Ole wetu twafa
Kiu, Kiu...
Kiu latutesa koo
Jamani twa-a-afa, twaangamia
Twafa kiu kwenye maji

Ndio,
Twafa tukiishi,
Ama twaishi tukifa?

Makopo hayana kitu
Mitungi nayo ni vivyo
Mifereji yo-o-ote inavuja
Kitufikiacho...
Ni matone!

Tazama,
Ni matone twakusanya
Mitungi haijai
Matone twayameza
Nacho kiu hatukati...
Njaa inatumaliza
Mawazo nayo,
Yanatukondesha

Kisima,
Kisima kwani si chetu?
Na mfereji si wetu?
Basi mbona twafa kiu?

Mmmh!
Shida tumeifahamu
Kitulacho kipo
Shida yetu ni hawa
Wahandisi

Elimu wameipata
Nayo kazi wamepata
Kwa michango tulotoa
Siku hiyo...
Milolongo tukipanga
Sifa tukiwarundika
Eti
Ni wetu wa leo
Wanakindakindaki!

    La!
    Shida sio wahandisi
    Shida kubwa ni KITABU
    HIKI-kimepitwa na wakati
    Hakifai

Mwongozo wake
Haufai tena
Chataka marekebisho

Kitabu?!
Sisi twayataka maji
Ndio
Kitabu ni karatasi
Wala hakitoi maji
Rekebisha
Rekebisha mfereji!

Ha! Ha! Ha! Ha!
Mbona hamtuelewi?
Kitabu ni usukani
Chaongoza
Chombo tusafiriacho...
Hivyo
Tutaitisha vikao
Tuje kwenu
Mtoe maoni yenu
Turekebishe kitabu
Tuuzibe mfereji

La! La! La!
Tatizo sio kitabu
Kama ndicho
Sote tungekosa maji...

Mbona kwetu
Ndiko twakauka koo
Hali kwa kina Fulani
Huko maji yafurika?
La!
Mbona mfereji wao
Hauvuji kama wetu?
Twelezeni!

    Nyinyi!
    Mmekosa shukrani
    Shukuruni
    Kwamba mna mfereji
    Toshekeni na matone
    Mtuache
    Turekebishe kitabu
    Kishaye
    Pesa zipatikanapo
    Tutawafikiria...

Fikiria?
La!
Sisi twayataka maji
Lau sivyo...

    Tulieni wananchi
    Kitabu ni cha lazima
    Tusipokirekebisha,
    Maji ng'o, hampati!
    Kwani ufundi u kitabuni
    Na sasa kimechakaa

Jamani
Sasa tulishike lipi?
Mfereji na kitabu
Leo vimefunga ndoa
Naye mwana kazaliwa
Mwana
Mwana huyu-
KIU

Tuvisubiri vikao
Vyaja ko-o-ote
Mijini, mitaani, vijijini
Tukijadili kitabu

Acheni!
Acheni kung'ang'ania
Wanawake kwa waume
Vikundi,
Vyama,
Makabila
Bali sote tuungane
Kitabu na mfereji
Viundwe
Tumalize chetu kiu

Tanbihi: Swala la marekebisho ya katiba nchini Kenya lilizua malumbano makubwa kwa miaka mingi. Shairi hili linasimulia jinsi hali ilivyokuwa mwanzo mwanzo wa kadhia nzima. Liliigizwa na wanafunzi wa Shule ya Wasichana ya Kanjalu mwaka wa 1998 (wakati huo liliitwa **Kitabu**) na kupata tuzo.

Sura ya Tano

Vuguvugu la Kisiasa

DEMOSKINI

1. Neno 'demo' sikiliza, maana yake ni umma
   Maoni kuyaeleza, bila woga kuwafuma
   Viongozi 'kitimiza, umma unavyowatuma
   Unyimwapo hino haki, hino siyo demokrasi

2. Ujapo kununuliwa, kwa vipesa haba haba
   Eti siri sijetowa, ya wale wanaoiba
   Upumbazwe sijejuwa, mambo haya yana tiba
   Hino siyo demokrasi, yaitwa demofisadi

3. Unapojawa na woga, la haki 'siseme jambo
   Ya watesi 'kiyaiga, 'kiyaimba kama nyimbo
   Mazuri 'kiyavuruga, upandapo kwa ulimbo
   Hino siyo demokrasi, yaitwa demokasuku

4. Uwapo muenezaji, wa fununu kote kote
   Wengine hauwataji, sifa nzuri uwaite
   Wako ni uchafuaji, na kuwatemea mate
   Hino siyo demokrasi, yako ni demoumbeya.

5. Uwapo mwenye maringo, kukashifu yangu dini
   Kwamba wajua mipango, ilivyo huko peponi
   Ndiwe 'tafungua lango, kufikia Wa Mbinguni
   Hino siyo demokrasi, yako ni demokasumba

6. Uwapo u kiongozi, asojali watu wake
   Avukaye kila ngazi, kulijenga jina lake
   Wao kinyamaza zii, maelezo wasitake
   Hino siyo demokrasi, yako ni demoimula.

7. Kuwa msemaji mno, wa mambo yaso msingi
   Na kutenda yano yano, katu mtu hakupingi
   Ndugu tahadhari mno, japo mema haulengi
   Kuvuruga demokrasi, kwaitwa demoskini

> **Tanbihi:** Shairi hili liliwasilishwa na kundi la wanafunzi wa shule ya Ruiri katika tamasha za nyimbo na mashairi mkoani mashariki mwaka wa 2005.

Maswali

1.(a) Eleza maana ya demokrasi kwa mujibu wa shairi.
   (b) Taja kwa kifupi mambo yote yanayovuruga demokrasi.
2. Mwandishi ameunda maneno kadha na kuyatumia shairini. Yataje na kufafanua maana yake kwa mujibu wa shairi.

SIASA

Siasa ni taratibu, mpango
Siasa ni uratibu, mtungo
Siasa ni mjarabu, wa bongo
Siasa ina sulubu, kinyongo
Siasa huja kuswibu, simango

Siasa yake bayana, sijuwi
Siasa imefanana, na lumbwi
Siasa ni dhana pana, hujuwi?
Siasa yake maana, haiwi
Siasa huchanganyana, na mawi.

Siasa ni kuungana, kujenga
Siasa ni kukutana, kupanga
Siasa kilotengana, huunga
Siasa ni kupambana, na janga
Siasa kuandamana, kupinga

Siasa kuoneana, huruma
Siasa kutakiana, uzima
Siasa kuchangiana, ujima
Siasa kutoleana, hekima
Siasa kuswafiana, mitima

Siasa ni kupigana, msasa
Siasa ni kujuzana, makosa
Siasa ni kutakiana, mikasa
Siasa kufungiana, kurasa
Siasa kunyanyasana, ni hasa

Siasa kukatizana, kalima
Siasa kuvunjiana, heshima
Siasa kutoleana, lawama
Siasa kuchimbiana, visima
Siasa kutatizana, daima

Siasa ni kushushana, daraja
Siasa kuchongeana, vioja
Siasa kudanganyana, si hoja
Siasa ina nang'ana, miuja
Siasa ni kuwindana, kwa waja.

Maswali

1(a). Taja sifa kumi zinazoambatana na siasa.
(b) "Siasa ni mchezo mchafu", Thibitisha kwa kutoa mifano katika shairi.
(c) Pendekeza hatua madhubuti zinazoweza kuchukuliwa ili kuepukana na siasa mbaya.
2(a) Eleza ujumbe ulioko katika ubeti wa sita.
(b) Andika ubeti wa pili katika lugha natharia
(c) Fafanua umbo la shairi hili.

VIGOGO

1. Dhuluma pamwe na dhiki, zanifata niendako
   Niishiko siridhiki, kumejaa michafuko
   Niliapo sisikiki, nifanyiwe badiliko
   Kokote nipitiako, ninakwazwa na vigogo

2. Nadunishwa sioneki, nimejawa nao mwako
   Nakaliwa sina haki, lilobaki hangaiko
   Vigogo kanimiliki, nisijue niendako
   Kokote nipitiako, ninakwazwa na vigogo

3. Vigogo hawatishiki, wamejaa danganyiko
   Wana fedha kwa malaki, hawajali nung'uniko
   Kamwe hawatingishiki, wabanduke waketiko
   Kokote nipitiako, ninakwazwa na vigogo

4. Nagoma hali siwiki, nakaliwa kwingineko
   Nipatwapo na hilaki, hawana waumiako
   Ninapolilia haki, hupuuzwa matamko
   Kokote nipitiako, ninakwazwa na vigogo

5. Niliapo sina haki, kwa vigogo ni vicheko
   Nilapo sukumawiki, kwachinjwa nisokuwako
   Nako hakukanyagiki, naonwa ja mbwa koko
   Kokote nipitiako, ninakwazwa na vigogo

6. Mtetezi hasifiki, hufuatwa aendako
   Huzuiwa asibaki, 'endeleze muamko
   Japokuwa hashituki, huwa tele maudhiko
   Kokote nipitiako, ninakwazwa na vigogo

7. Dhalimu humdhihaki, kule wamzuiako
   Bure wakimshitaki, kesi isiyo mashiko
   Huku njama washiriki, ateswe afie huko
   Kokote nipitiako, ninakwazwa na vigogo

8. Ya Mungu hayapingiki, hujiri msukosuko
   Wakaja wasitahiki, wakiangua vicheko
   Wakaondoa visiki, vikenda kwa sononeko
   Kokote nipitiako, ninakwazwa na vigogo

9. Mengine hayasemeki, nafupisha maandiko
   Kuwana nikishiriki, patazuka sikitiko
   Na jela hakukaliki, hakuishi sokomoko
   Kokote nipitiako, ninakwazwa na vigogo

TAZ: Shairi hili lilikaririwa na wanafunzi wa Shule ya Upili ya Kanyakine mnamo mwaka wa 1989 na kupata tuzo. Nililitunga nikiwa mwanafunzi wa kidato cha sita. Wakati huo kulikuwa na chama kimoja tu cha kisiasa nchini Kenya na waliokipinga walikabiliwa vilivyo na serikali. Shairi hili lilitabiri mwisho wa dhuluma hizo._

Maswali
1. Eleza dhamira ya mshairi
2. Taja na kufafanua dhiki anayoipata mhusika.
3. Fafanua ujumbe ulioko katika ubeti wa 6 hadi 7.
4. Eleza matokeo ya msukosuko utajwao katika ubeti wa 8.
5. Fafanua kibwagizo cha shairi.
6. "Mnyonge hana haki". Fafanua kwa mujibu wa shairi.

KUNYIMWA UNENI

Nipe redio, nitege sikio
Ninase marudio, porojo za matukio
Yatokayo kama mlio

Maneno hayo, nimeyasikia
Sio jana na leo, yaloambwa kutukia
Propaganda yakisifia

Yamepangiwa, na kukusudiwa
Yaje kutuzuzuwa, akili kutupinduwa
Tukimye tunapotishiwa

Sekta zote, ushuru twatozwa
Habari tuzipate, habari za kupimiwa
Zisambazwe zilizochujwa

Vyombo vyetu, havitunukulu
Havitangazi yetu, yang'aayo kama lulu
Ela yatokayo ikulu

Hawasikiki, wambao ya haki
Wataeneza chuki, watwambia wanafiki
Wachafue kisiwa hiki

Tusiposema, kwenye vyetu vyombo
Ng'o! Hamtatuzima, tutanukuliwa ng'ambo
Hamtufikishii fimbo

Tukome vipi, kusimama wima
Kuyatoa makapi, mpungani na mtama
Ibakie nafaka njema?

TAZ: Shairi hili linarejelea 'nyakati za giza' nchini Kenya. Nyakati hizo hakukuwa na vyombo vingi vya habari vya kibinafsi kama ilivyo siku hizi. Wananchi walitegemea habari kutoka kwa chombo rasmi cha serikali.

Maswali

1. Taja mambo manne yanayodhihirisha kukiukwa kwa uhuru wa vyombo vya habari.
2. Watozwa ushuru wanaumia vipi kwa mujibu wa mshairi?
3. (a) Eleza tetesi zinazojitokeza katika ubeti wa tano na wa sita.
   (b) Je, mshairi anakabili vipi tetesi hizi katika ubeti wa saba?

4. Andika ubeti wa mwisho kwa lugha natharia.
5. Lichambue shairi hili kwa upande wa umbo.
6. Eleza maana ya maneno haya kama yalivyotumika katika shairi.
   a) Porojo
   b) Pambio
   c) Propaganda
   d) Sekta
   e) Makapi
7. Toa maneno yenye maana kinyume na haya yafuatayo
   a) Yetu
   b) Haki
   c) Chuki
   d) Wima
   e) Njema

HATIA YA WIZI

SAUTI: Jitetee! Jitetee!
       Usipopewa nyakua!

Atokea mwanamume
Umri ni wa makamo
Amevalia mararu
Ana mkungu wa ndizi.
Anawakuta polisi
Wamtiao mbaroni

KABILI: Ni bure mwanidhulumu
       Hakika miye si mwizi
       Nimeifuata sauti
       Ilivyoniagizia...

Ninachobeba ni changu
Ambacho nimenyakua!

ASKARI: Hayo utayaeleza
    Ufikapo sitesheni
    Na mbele ya mahakama
    Chukua mzigo wako
    Twende ukafie jela!

   *   *   *

Siku ya kuhukumiwa
Twaangaza kizimbani
Alikotengwa Kabili

KABILI: Hakika Bwana Hakimu
      Ulivyotenda si haki
      Kunitia miye jela
       Kwa madai ya kuiba
      Hali wapo waibao
      Mabilioni ya dola
      Bali hawakabiliwi
      Watiwe mashitakani
      Na fedha walizoiba
      Wanyang'anywe tugaiwe

HAKIMU: Nyamaza Mahakamani!
      Hatia yako ni mbaya
      Nitakufunga vikali
      Iwe funzo kwa wenzako.

KABILI: Nifunge Bwana Hakimu
      Bali ukweli ni huno;
      Tunapovaa mararu
      Wale walao uchumi

> Waendeshewa magari
> Na kulala orofani
> Huku tukisaga meno
> Na njaa kutubabili
> Kifo kikituandama
>
> *   *   *

Kabili atiwa ndani
Kwa utovu wa nidhamu,
Kuropokwa kizimbani,
Uchochezi pia wizi
Na kupoteza wakati
Uliopangiwa kesi
Akidai kutojua
Kuwa wizi ni hatia
(Kwa wachochole pekee!)

Swali

1. Onyesha jinsi maswala ya umaskini na sheria yanavyohitilafiana katika shairi hili.
2. Unadhani **sauti** ina umuhimu gani katika shairi hili?
3. Eleza tabia za wahusika mbalimbali katika shairi hili.

NIACHE?

1. Ni haki sijapagawa, na wala sijauguwa
   Au tembo kulilewa, fahamu zikapunguwa
   Hili nisijeambiwa, hakika sina muruwa

2. Hili nisijeambiwa, kuwa nimelaaniwa
   Nisije kuongokewa, nikawa napongezewa
   Ila hima kuzidiwa, ukaniliza ukiwa

3. Ila hima kuzidiwa, sijaja kuongokewa
   Hukuta vilivyoliwa, vingine vikakimbiwa
   Daima hutanguliwa, kakuta kilowahiwa

4. Daima hutanguliwa, kakuta kilounguwa
   Ama kilochachuliwa, utamu kikapunguwa
   Nilapo nikauguwa, nikajuta kuzaliwa

5. Nilapo nikauguwa, rahisi sipati dawa
   Ndwele ikazidi kuwa, vigumu kuja tibiwa
   'Kawa nikilaumiwa, kwa kosa nisilojuwa

6. 'Kawa nikilaumiwa, kutokuwa mwenye tuwa
   Eti ninapochaguwa, siwi mwenye kuchunguwa
   Ninokuta huchukuwa, hatimaye 'kadhuriwa

7. Ninokuta huchukuwa, nikangia kwa beluwa
   Bila chenginecho kuwa, kiovu nikabaguwa
   Au chema kugaiwa, tabiambi k'ondolewa

8. Au chema kugaiwa, nipate kilicho sawa
   Kilo sifa maridhawa, kipatacho abudiwa
   Na kwingi kutamaniwa, na mate kudodoshewa

9. Na mate kudodoshewa, na risala kutumiwa
   Kwa nyimbo 'kiongolewa, pia kikibarikwa
   Bali majaliwa huwa, kwake siji kukutuwa

10. Kwake siji kukutuwa, nipate nafasi sawa
    Na wale ambao huwa, wadaiwa wana tuwa
    Pazia huja fungiwa, na kiwi nikashushiwa.

11. Na kiwi nikashushiwa, nisije kujitambuwa
    Fahamu nikirudiwa, ni makombo ndiyo huwa
    Kizuri kimeshaliwa, patupu nikaambuwa

12. Patupu nikaambuwa, jaani 'kawa hatiwa
    Nisije kukumbukiwa, ela ninapouguwa
    Nikawa nashutumiwa, na mengi 'kipagaziwa

13. Na mengi 'kipagaziwa, mengi ya kubandikiwa
    Mara sijajuwa dawa, kisha nimezuzuliwa
    Asije kuniaguwa, alonifanya uguwa

14. Alonifanya uguwa, hana kinomsumbuwa
    Hulala na kupumuwa, na hewa akipepewa
    Hawi katu na ukiwa, tumbuizo kwake huwa

15. Tumbuizo kwake huwa, vinono huja gaiwa
    Akiashama ja njiwa, kinda anavyodekezwa
    Bila zogo kuzuliwa, au kamwe kukemewa

16. Au kamwe kukemewa, na maovu kuzuliwa
    Jinsi ninavyotendewa, nikisha haribikiwa
    Kama niliyezaliwa, nchi nisiyotakiwa

17. Nchi nisiyotakiwa, hili katu halijawa
    Kindakindaki kazawa, kadhalika kulelewa
    Ela sijaja kutuwa, nikala kinacholiwa

18. Nikala kinacholiwa, na walopiga hatuwa
    Mazuri walokolewa, na mawi kuondoshewa
    Wakaja liliwa ngowa, na wale tusojijuwa

19. Na wale tusojijuwa, tunaotaka usawa
    Kina sisi tunoliwa, na shinani kukatiwa
    Na mbeguze kufukiwa, na maji kutotiliwa

20. Na maji kutotiliwa, tusipate kuchipuwa
    Kisha tukaja kukuwa, na bongo kuzinduliwa
    Twendelee kukaliwa, na kwingine kudhikiwa

21. Na kwingine kudhikiwa, mazuri kuepushiwa
    Laana tukishushiwa, mapigo kutunukiwa
    Na kwingi kulaumiwa, daima tu washukiwa

22. Daima tu washukiwa, hatuishi kuchukiwa
    Tunenapo hutishiwa, na ngomeni kufungiwa
    Nazo njama tukaliwa, ili tupate uliwa

23. Ili tupate uliwa, tupate sahauliwa
    Mengi tusije fichuwa, gizani nuru ikawa
    Wanyonge wakagunduwa, hakize wakatambuwa

24. Hakize wakatambuwa, na hatua kuchukuwa
    Dhalimu wakapinduwa, hajaze wakaridhiwa
    Na nuru wakatambuwa, giza likaondolewa

25. Giza likaondolewa, mwisho wa kutawaliwa
    Mwisho wa kutawaliwa, mwisho ulotabiriwa
    Siku ya kugutukiwa, niache kujishauwa?!

Maswali

1. Lilinganishe shairi hili na lile la VIGOGO. Je, lina uwiano wowote kimaudhui?
2. Mashairi haya mawili yanakusudiwa kuziamsha hisia za wanyonge. Jadili kwa kutoa mifano mwafaka katika mashairi haya.
3. "Pazia huja fungiwa, na kiwi nikashushwa" (ubeti wa kumi na moja). Mshororo huu una maana gani?
4. Lichambue shairi hili ukizingatia mtindo.
5. Mshairi huyu anaishi katika ulimwengu uliojaa dhuluma na unyanyaswaji wa wanyonge. Thibitisha kwa kulirejelea shairi.

SIACHI!

1
Natabiri, siku hiyo
Siku hiyo, takatifu
Takatifu, ya baraka

2
Ya baraka, ikifika
Ikifika, sitanuna
Sitanuna, 'tafurahi

3
'Tafurahi, nitangaze
Nitangaze, matokeo
Matokeo, ya ushindi

9
Kuumiza, madhalimu
Madhalimu, wanyonyaji
Wanyonyaji, waso chao

10
Waso chao, ila chetu
Ila chetu, waibacho
Waibacho, pasi woga

11
Pasi woga, wakahozi
Wakahozi, tukanyimwa
Tukanyimwa, haki zetu

4
Ya ushindi, natabiri
Natabiri, wala sambi
Wala sambi, naogopa

5
Naogopa, mwito huu
Mwito huu, kunukuu
Kunukuu, walo juu

6
Walo juu, sitaweza
Sitaweza, kufuatwa
Kufuatwa, nieleze

7
Nieleze, nilonena
Nilonena, la hakika
La hakika, lilo tungu

8
Lilo tungu, linouma
Linouma, kama nge
Kama nge, kuumiza

17
Kutuhini, kila pembe
Kila pembe, tudhikike
Tudhikike, mridhike

18
Mridhike, tuliapo
Tuliapo, kwa mateso
Kwa mateso, mnotupa

12
Haki zetu, jasho letu
Jasho letu, zao letu
Zao letu, tiba yetu

13
Tiba yetu, uamsho
Uamsho, wa mawazo
Wa mawazo, ya utendi

14
Ya utendi, matilaba
Matilaba, kujikidhi
Kujikidhi, haja zetu

15
Haja zetu, zibanazo
Zibanazo, bongo zetu
Bongo zetu, zilo duni

16
Zilo duni, mnenavyo
Mnenavyo, hadharani
Hadharani, kutuhini

25
Mkapora, na kuuwa
na kuuwa, wapingao
wapingao, mtendacho

26
Mtendacho, ni tukufu
Ni tukufu, kiso dowa
Kiso dowa, wala towa

Miale ya Mashariki

19
Mnotupa, pasi woga
Pasi woga, mkijuwa
Mkijuwa, tu wanyonge

20
Tu wanyonge, hatuwezi
Hatuwezi, kuokoka
Kuokoka, makuchani

21
Makuchani, si ya chui
Si ya chui, bali yenu
Bali yenu, ya uchumi

22
Ya uchumi, mlonasa
Mlonasa, kwa mshindo
Kwa mshindo, msiache

23
Msiache, tuje gawa
Tuje gawa, mpatacho
Mpatacho, kwa uhuni

24
Kwa uhuni, nao wizi
Nao wizi, wa mabavu
Wa mabavu, mkapora

27
Wala towa, haijawa
Haijawa, wala hiwi
Wala hiwi, kaongoka

28
Kaongoka, mwajigamba
Mwajigamba, mu laini
Mu laini, kama pamba

29
Kama pamba, iso mbegu
Iso mbegu, zilo ngumu
Zilo ngumu, pia nzito

30
Pia nzito, kuzibeba
Kuzibeba, kwa sulubu
Kwa sulubu, na majasho

31
Na majasho, yasokwisha
Yasokwisha, kila Juma
Kila Juma, na muwaka

32
Na muwaka, wa madhila
Wa madhila, na vilio
Na vilio, vinoliza

33
Vinoliza, wenye nyoyo
Wenye nyoyo, za huruma
Za huruma, nao utu

41
Na kuudhi, walo chini
Walo chini, kikanyaga
'Kikanyaga, kwa mabuti

34
Nao utu, msonao
Msonao, hata chembe
Hata chembe, hamnayo

35
Hamnayo, nakariri
Nakariri, enyi waja
Enyi waja, mafidhuli

36
Mafidhuli, walaghai
Walaghai, wauaji
Wauaji, waso haya

37
Waso haya, wanenapo
Wanenapo, kwa sauti
Kwa sauti, 'kipaaza

38
'Kipaaza, na kuringa
Na kuringa, mlivyoko
Mlivyoko, watawala

39
Watawala, wa imla
Wa imla, pasi swali
Pasi swali, kukosowa

40
Kukosowa, mtendayo
Mtendayo, yavundayo
Yavundayo, na kuudhi

42
Kwa mabuti, na kwa nguvu
Na kwa nguvu, 'kiumiza
'Kiumiza, wasinene

43
Wasinene, wawaudhui
Wawaudhi, mu miungu
Mu miungu, mwaswaliwa

44
Mwasaliwa, 'kiimbiwa
Kiimbiwa, kwa melodi
Kwa melodi, zilo tamu

45
Zilo tamu, na fasaha
Na fasaha, kwa mahadhi
Kwa mahadhi, yalo juu

46
Yalo juu, kusikika
Kusikika, pembe zote
Pembe zote, mjuliwe

47
Mjuliwe, kwamba ndinyi
Kwamba ndinyi, mnenao
Mnenao, tukakimya

48
Tukakimya, 'kizikiza
Kisikiza, ukasuku
Ukasuku, uso mwisho

49
Uso mwisho, wala mwanzo
Wala mwanzo, tujuao
Tujuao, kiiniye

50
Kiiniye, ni porojo
Ni porojo, zizokwisha
Zizokwisha, tubadili

51
Tubadili, maudhui
Maudhui, na malengo
Na malengo, ya siyasa

52
Ya siyasa, ya ujezi
Ya ujenzi, si ulaji
Si ulaji, wa uchumi

53
Wa uchumi, kuzorota
Kuzorota, 'kitazama
'Kitazama, na kusifu

54
Na kusifu, ma'ngamizo
Ma'ngamizo, yanojiri
Yanojiri, 'kisinzia

55
'Kisinzia, na kuota
Na kuota, tusoweza
Tusoweza, kufikia

57
'Kikoroma, na kutaja
Na kutaja, tusojuwa
Tusojuwa, maanaye

58
Maanaye, yalo ndani
Yalo ndani, kuchambua
Kuchambua, 'kamaizi

59
'Kamaizi, tukatenda
Tukatenda, la wajibu
La wajibu, tukafana

60
Tukafana, na kutajwa
Na kutajwa, kwamba ndisi
Kwamba ndisi, watendaji

61
Watendaji, si waneni
Si waneni, wa porojo
Wa porojo, waotaji

62
Waotaji, wasoishi
Wasoishi, halisini
Halisini, na ukweli

63
Na ukweli, natamka
Natamka, zingatia
Zingatia, 'sije juta

56
Kufikia, ni muhali
Ni muhali, tulalapo
Tulalapo, 'kikoroma

64
Sije juta,, matokeo
Matokeo, yajiripo
Yajiripo, uje lia

65
Uje lia, nikicheka
Nikicheka na, kubeza
Na kubeza, uzuzuo

66
Uzuzuo, ulotenda
Ulotenda, kikatili
Kikatili, na kunyonya

67
Na kunyonya, usijuwe
Usijuwe, siku yaja
Siku yaja, ya kiyama

68
Ya kiyama, natabiri
Natabiri, mwisho wako
Mwisho wako, wa fedheha

69
Wa fedheha, ninasema
Ninasema, sinyamazi
Sinyamazi, mi siachi!

Maswali
1. Shairi hili ni jibu kwa shairi liitwalo NIACHE? Linganisha mashairi haya kimaudhui.
2. Mtindo alioutumia mshairi hapa ni tofauti kidogo na mtindo maarufu wa urari wa vina na mizani. Fafanua mtindo uliotumika hapa.
3. Je, shairi hili lakamilisha vipi dhamira ya mshairi, hasa kwa kuwa lafuatia shairi la NIACHE?

UPWEKE KUNDINI

Natamani kuwa pweke, niwaze, nitafakari
Nijisake niridhike, nituze, yangu fahari
Ya muhimu niyashike, nikaze, niyakariri
    Natamani upweke kundini

Nitayatia mizani, nipime, nijikabidhi
Niyatie maanani, yazame, niyahifadhi
Yasibaki maganjoni, mahame, nisikohodhi
    Natamani upweke kundini

Nataka nende mahali, tulivu, nikajisake
Nipekue kila hali, potevu, niianike
Lijibike kila swali, utuvu, ujiinjike
    Natamani upweke kundini

Nataka pahali pano, patengwe, pasivurugwe
Paje zuka mabishano, nipingwe, nizuzuliwe
Nije pigiwa mfano, nisutwe, nipuuziwe
    Natamani upweke kundini

Nionekane ja mja, mtoro, ajitengaye
Watu waanze nitaja, upyaro, unifikiye
Yafike yalo kangaja, wororo, nisitambiye
    Natamani upweke kundini

Upweke ninotamani, nambiwe, nitakotowa
Hapa nilipo kundini, nisiwe, ninaviziwa
Nitawaje faraghani, mjuwe, ninopingiwa?
    Natamani upweke kundini

KIHORO

Nitaenda,
Nitaenda kwake
Nimweleze,
Nimweleze yote
Nimjuze,
Nimjuze nia
Nimrai,
Nimrai kweli
Akubali,
Akubali wito
Anifate,
Anifate twende
Tujisake,
Tujisake nyoyo
Tufahamu,
Tufahamu sote
Kilo kati,
Kilo kati yetu
Kama chungu,

Tutafute tiba
Kama tamu,
Tukile pamoja
Akipinga,
Nitapanga pweke
Taratibu,
Za kujiridhisha
Sikubali,
Kufa kwa kihoro!

MUHALI

Shida, itajwe
Mada, ifatwe
Shada, itiwe

Hao, wazimwe
Mbio, zifanywe
Chuo, kifungwe

Kasi, polisi
Gesi, risasi
Fosi, rahisi!

Kesi, tuhuma
Asi, kukama
Pasi, hatima

Mwaka, upite
Jaka, wapate
Mpaka, wajute

Bali, kupinga
Kweli, kutenga
Hili, matanga!

Tanbihi: Uhuru wa mawazo katika vyuo vikuu umekabiliwa na changamoto nyingi kwa muda mrefu kote duniani. Shairi hili linaangazia changamoto hizi na kusisitiza umuhimu wa kusikiliza malalamiko ya wasomi badala ya kujaribu kuwanyamazisha.

1. Eleza mambo muhimu yanayojitokeza katika shairi hili.
2. Mara nyingi vyuo hufungwa kwa sababu ya kukosa majadiliano. Thibitisha hoja hii kwa kulirejelea shairi hili.
3. Eleza matokeo ya migomo vyuoni kwa mujibu wa shairi hili.
4. "Utumiaji mbaya wa mamlaka na vyombo vya utawala ni mojawapo ya maovu makuu katika mataifa ya ulimwengu wa tatu". Jadili.
5. Fafanua msamiati ufuatao:
   a) Shada   c) Asi   e) Matanga
   b) Fosi   d) Jaka

MAPAMBANO

1. Twendeni, angazeni mbele
   Apeni, pigeni kelele
   Pingeni, yajaayo tele!

2. Semeni, msije nyamaza
   Imbeni, mwito kutangaza
   Ng'aeni, tupate mwangaza!

3. Watashangaa, mambo yakipinduka
   Walohadaa, wakishaerevuka
   Wataambaa, mbali hawatofika

4. Watasagwa, wafanywe laini
   Waje sutwa, waumwe maini
   Wataimbwa, wawe fedhehani

5. Watakubali, kwamba walikosea
   Kuwa katili, kote 'kinyemelea
   Wasijejali, mawi wakichochea

6. Watajuta, walotutendea
   'Kijikita, hao vimelea
   Tukipita, watatwondokea

1. (a) Dhamira ya mshairi hapa ni kutangaza mapambano. Je, mapambano haya ni ya aina gani?
   (b) Je, mapambano haya yanafaulu vipi katika mawazo ya mshairi?
   (c) "Dawa ya moto ni moto". Methali hii inanawiri vipi katika shairi hili?

   2. Kufikia ubeti wa tatu mshairi anaridhishwa na ushindi fulani. Thibitisha.

   3. Shairi hili limegawika katika mafungu matatu. Fafanua ujumbe uliodokezwa katika kila fungu.

   4. Fafanua umbo la shairi hili.

KUWA WIMA

1. Nisemapo, nimependa, au hata kuchukia
   Nisemapo nimeganda, katika ninowazia
   Nisemapo nimedinda, nyuma sitaoangalia
   Nisemapo nimesema!

2. Nisemapo nitatenda, tendo nishalipangia
   Nisemapo sitatenda, azima nimeshitia
   Nisemapo litavunda, kwa hilo sitojitia
   Nisemapo nimesema!

3. Nisemapo nilitenda, hakika lishatimia
   Nisemapo sikutenda, hilo sikukaribia
   Nisemapo niliwinda, nyama keshajipatia
   Nisemapo nimesema!

4. Nisemapo ninatenda, si mambo kujitakia
   Nisemapo ninapanda, mbegu ninazifukia
   Nisemapo ninaunda, chombo nitasafiria
   Nisemapo nimesema!

Maswali

1. a) Eleza ujumbe unaojitokeza katika ubeti wa kwanza na wa pili.

   b) Eleza sifa kuu ya mhusika wa shairi hili.

2. a) Mshairi anarejelea nyakati nne kuu za Kiswahili. Onyesha umuhimu wa mbinu hii katika ujenzi wa dhamira yake.

   b) Fafanua umuhimu wa kibwagizo cha shairi hili.

   c) Mshairi anarejelea neno 'nisemapo' katika kila ubeti. Ni mbinu gani ya lugha iliyotumika hapa?

   d) Eleza umuhimu wa mbinu iliyotajwa katika (c) hapo juu.

e) Shairi lililotungwa kwa kuzingatia mbinu hii huitwaje?

3. a) Lipe shairi hili kichwa kingine mwafaka.

b) Eleza maana ya maneno yafuatayo kwa mujibu wa shairi:

    i.   nimedinda

    ii.   litavunda

    iii.   ninazufukia

NITAPANDA KIRIMARA[i]

Ngoja niteme mate
Nishukuru
Mizimu wa babu zetu
Nayo kafara nitoe
Kileleni cha mlima

Naam, hili nitalitimiza
Niketi, nitabasamu, niridhike
Niwe nimegusa mbingu
Niwasiliane na mababu
Nyange na Tarungai[ii]...

---

i   Mlima Kenya- watu wa jamii za Gikuyu, Embu na Meru waliamini ndiko alikoishi Mungu wao.

ii   Wazee waliokuwa maarufu sana katika ukoo wa Abwekana ambao nasaba yake inapatikana katika eneo linalouzunguka mji wa Meru na pia maeneo fulani ya Nkubu.

Nitatafuta wazee wetu
Baraza la Njuri Ncheke[iii]...
Tukae tujadiliane mwanzo
Wanifunulie kunga zote
Nisije nikavunja miiko

Kirimara nitapanda
Na kondoo asiye doa
Nimtayarishe...
Nimteketeze...
Nishukuru Kini Kiiru[iv]...

Nitapiga ukulele wa ushindi
Niruke nisujudie
Moshi ukipanda juu
Ishara ya kukubaliwa
Kwa dhabihu yangu

Ni siku ya taadhima
Sherehe ya kipekee
Nitakayoifanya kikwetu
Utawala wa imla ushindwapo
Ngome ya chuma iangukapo

Nitawaalika wachochole wote
Nirejeapo toka Kirimara
Tuimbe, tucheze ngoma zetu
Tuhisi walivyohisi mashujaa
Waliowang'oa wakoloni

---

iii Baraza la Wazee la Wameru ambalo ni mojawapo wa mabaraza machache ya aina hii yaliyobaki nchini Kenya.

iv Jina la Mungu linalotokana na Kimeru cha zamani. Maana yake ya moja kwa moja ni ufizi mweusi. Msamiati kama huu usipotee.

HOYEE!

Simama, simama useme nipo!
Simama, simama kwa majitapo
Simama, simama wakwone papo
Simama, simama patajikapo
Simama, simama sifa ipapo
      Hoyee!

Tangaza, tangaza ndiwe u papo
Tangaza, tangaza watishikapo
Tangaza, tangaza wale hawapo
Tangaza, tangaza lao halipo
Tangaza, tangaza muda uwapo
      Hoyee!

Wasute, wasute hao mapopo
Wasute, wasute wende na pepo
Wasute, wasute waondokapo
Wasute, wasute ujihisipo
Wasute, wasute wajue upo
      Hoyee!

Sura ya Sita

Utendi

UTENDI WA MASIHI

A   Amezawa huyu mwana
       Wa pekee wake Bwana
       Manabii walofana
       Walitabiri bayana
       Ndipo twaimba hosana

Be   Bethlehemu ndo mji
       'Likozawa mfariji
       Mungu alo mdariji
       Akampa nalo taji
       Kuwapiku walo gwiji

Ch.   Changamkeni wapenzi
       Tumepata mkombozi
       Wa kutufuta machozi
       Na kuondoa majonzi
       Tuingie yake enzi

D.   Daima tungeumia
       Na kwingi kujililia
       Waganga 'kikimbilia
       Pasi kufahamu njia
       Huku nyoyo zaumia

Dh.   Dhambi zetu tungefia
       Bali kwetu katujia
       Deni letu kulipia
       Bila kutaka fidia
       Walau kujisifia

Miale ya Mashariki

E.   Enyi wana wa Adamu
       Duniani mnodumu
       Huyu ndiye mwanadamu
       'Tayemwaga yake damu
       Kuokoa binadamu

F.   Furahini na mcheze
       Kwa vinanda hata zeze
       Jina lake mtukuze
       Sifa zake mueneze
       Waja wote muwajuze

G.   Gundueni hizi hoja
       Utendini ninotaja
       Alivyotenda miuja
       Ilotujaza faraja
       Ikatimu yake tija

Gh.   Ghulamu alishangaza
       Mashaibu na ajuza
       Alivyokizungumza
       Kwa hekima alojaza
       Ilotoka kwa Muweza

H.   Hekaluni 'likulia
       Nako neno 'kijulia
       Baba Mungu 'kijalia
       Busara kamjazia
       Kuhani kishuhudia

I.   Ibilisi hakuweza
       Kumuangusha Muweza
       Wala njaa kumtweza
       Nyikani kulochukiza
       Majaribu 'liyaweza

J.   Jina lake lilitamba
       Kwa mithali alofumba
       Kaibuka moja namba
       Bali katu hakutamba
       Alimcha wake Mumba

K.   Kokote alikoenda
       Huko mema 'liyatenda
       Pasi nyoyo kuwavunda
       Waja waliompenda
       Kwani naye liwapenda

Kh.   Kheri walomfuata
       Kwa faida walopata
       Kwani walipomuita
       'Litatua kila tata
       Na kushinda kila vita

L.   'Liponya walo wagonjwa
       Nao wafu 'kifufuwa
       Ya Lazaro twayajuwa
       Mengine sitotongowa
       Kitabuni 'meandikwa

M.   Mikate pia samaki
       Aliwapa mahuluki
       Wakala wakadiriki
       Kashangaza washiriki
       Kwa chakula kilobaki

N.   Neno pia 'liwalisha
       Waliomkaribisha
       Waovu wakilibisha
       Kumuuwa wakitisha
       Ukweli ulivyowasha

Ng. Ngano liwasimulia
    Neno kulishadidia
    Huku kiwafasiria
    Wasibaki ulizia
    Alokuwa kiwambia

Ng'. Ng'ambo nazo alivuka
     'Kiwa nao kina Luka
     Hakutishwa na mipaka
     Wala tabu na mashaka
     Mradi tuje okoka

Ny. Nyange hakutishwa nayo
    Wala kuvunjika moyo
    Litembea kwa Zakayo
    Alojaa nyingi choyo
    Watu wakipinga hayo

O. Onyo aliwatolea
    Walodhani kakosea
    Macho kiwakodolea
    Katu wasijepotea
    Jehanamu wakangia

P. Pepo walimtambuwa
    Kwani aliwaondowa
    Kwa nguruwe katimuwa
    Muwele kawa muruwa
    Jinale likasifiwa

Q. Qur'ani yamtaja
    Ni nabii alokuja
    Sawa Musa na Elija
    Bibilia ina hoja
    Jina lake namba moja

R. Rabi walimwita jina
    Mwalimu hodari sana
    Kwani yote alonena
    Hekima 'lijazikana
    Yenziye kutolandana

S. Sifa nao utukufu
    Walimpa maradufu
    Kawa mja maarufu
    'Limjuwa hata wafu
    Kwani wote 'limsifu

Sh. Shahidi wameandika
    Yote yaliyotendeka
    Pasi la kusahulika
    Walau kuongezeka
    Roho 'kiwapa hakika

T. Taurati hakuvunja
    Wala ovu kulionja
    Walakini 'limpunja
    Kwa sheria kuikunja
    Waja 'kitaka mchinja

Th. Thabiti hakutishika
    Neno likatetereka
    Ela yote 'litamka
    Mayahudi wakifoka
    Na majungu kuyapika

U. Ulipowadia muda
    'Lisalitiwa na Yuda
    Kwao wake msaada
    Wamuuwe Mayahuda
    Utimie ushuhuda

V. Vilifatia vishindo
'Kibururwa kama windo
Wakimwona ja uvundo
Kwa misumari na nyundo
Akawambwa wezi kando

W. Walimtukana Yesu
Na kusema kumhusu
Naye Yuda 'Iombusu
Chake kifo twadurusu
Jehanamu 'liibusu

Y. Yalipopita mauko
Ulijiri ufufuko
Siku ya tatu vicheko
Yakashindwa maudhiko
'Kawa letu pambazuko

Z. Zayuni tutamkuta
Tujapo vishinda vita
Nalo taji tutapata
Kwayo raha isopita
Mbinguni kulotakata

Swali
1. Ulinganishe utendi huu na tendi nyinginezo kama vile **Utendi wa Mwana Kupona** kwa kuzingatia maudhui, muundo na lugha kwa jumla.

Sura ya Saba

Mafumbo Sahili

KUTAMANI VISOLIWA

1. Nelezeni enyi waja, nijue mkipatacho
   Mneleze na faraja, mpatayo kwa mlacho
   Kwalo jina sitotaja, nisije watia kicho
   Waja watarambitia, kutamani visoliwa

2. Kiwe chungu ja shubiri, waja watakitamani
   Wajitie uhodari, kingiapo mdomoni
   Wakitaje kwa uzuri, udhanie zaituni
   Waja watarambitia, kutamani visoliwa

3. Kichachuke kama ndimu, kitazidi ng'ang'aniwa
   Kiwapo hata na sumu, mbali itapuuziwa
   Kifanywe kuwa kitamu, kwa viungo kutiliwa
   Waja watarambitia, kutamani visoliwa

4. Wale hata kutapika, wende wakipepesuka
   Watazidi pumbazika, wakione muwafaka
   Waje tena kukitaka, kwayo hamu kadhalika
   Waja watarambitia, kutamani visoliwa

5. Wali nao maghulamu, viwi watakimbilia,
   Waviache vilo tamu, na uzuri kunukia
   Wale kinowadhulumu, kijapo kuwavutia
   Waja watarambitia, kutamani visoliwa

6. Kisha watamaka kumbe, watakapomaiziwa
   Kwamba punda siye ng'ombe, yupi wa kukamuliwa
   Hilo tena wasilumbe, na wenzao kutapiwa
   Waja watarambitia, kutamani visoliwa

Maswali

1. (a) Fafanua kinaya kinachosimuliwa katika utunzi huu.
   (b) Taja kwa kifupi madhara ya kinaya ulichoeleza hapo juu.
2. Eleza dhana ya majuto kwa mujibu wa ubeti wa mwisho.
3. Andika ubeti wa tano kwa lugha natharia.
4. Eleza ujumbe ulioko katika ubeti wa tatu na nne.
5. (a) Andika methali inayohusiana na shairi hili
   (b) Taja kwa kutolea mifano mbinu nyingine za lugha na sanaa zilizotumia katika shairi lote.

KIBOGOYO KULA FUPA!

1. Hana katu hana meno
   Hana japo moja jino
   Ela wingi wa maneno
   Mara hivi mara vino
   Kibogoyo kula fupa!

2. Kajaribu kila kunga
   Ukweli huno kupinga
   Hata nyimbo kazitunga
   Na hadithi kuziunga
   Kibogoyo kula fupa!

3. Akili zimemruka
   Kila pembe yuazunguka
   Huku macho kamtoka
   Roho ikisukasuka
   Kibogoyo kula fupa!

4. Fupa kalikazania
   Hata chini kufukia
   'Kithamiri kuzuwia
   Wenye meno kujilia
   Kibogoyo kula fupa!

5. Siku zende pia zije
   Waja wengi wamtaje
   Kama meno ni mchuje
   Fupa ataliwezaje?
   Kibogoyo kula fupa!

MZINGA WA MAPOPO

Niuonapo mzinga

Huwazia asali

Na mdudu nyuki

Ataliiye maua

Akapata utomvu na mbelewele

Akatengeza mlo

Bali

Mzinga bila nyuki

Una manufaa gani?

Naye mrina

Ende huko kufanyani?

Waza hili:

Mrina ajitayarishe

Achukue buyu tupu

Kienge ki mkononi chafuka

Akirambitia;

Huyo...
Hadi msituni

Lo!
Kufungua mzinga
Nusura apigwe makucha
Mapopo watokapo mbio
Kwenye mazalio yake
Buibui nao kajaa
Wala hamna nyuki
Wala masega

Tazama:
Wakati amepoteza
Kahatarisha maisha
Machaka yakimcheka
Nao bundi
Wakitabiri usiku mbaya

Nauliza
Mzinga bila nyuki
Ni mzinga au balaa
Huno mzinga wa popo
Unao pia upopo?

Mzinga,
Ni lazima usafishwe
Nyuki waurejelee
Watengeneze asali
Wahifadhie chakula
Malazi bora
Nao wapate

Mapopo
Sharti waondolewe
Vidudu vichomwe moto
Mrina naye
Anufaike

Maswali
1. Eleza maana ya mapopo na mzinga katika shairi hili.
2. Taja na kueleza umuhimu wa wahusika wengineo katika shairi hili.

BARUA KWA KIPOFU

Kipofu mpenzi,
    Isome barua hii
        Kisha ujibu haraka

Nifahamikiwe
    Usomapo ndugu,
        Maneno muhimu pigia msitari
          Yangie bongoni mwako
            Yanate daima
    Soma ukizingatia,
        Niliyoyakusudia

                    Nikayapa uzito mwingi
                    Yakachapwa kwa mlazo
        Barua ya mwito,
                    Uniunge mkono
                            Tupange taratibu
                            Za kujitanzua
        Bali samahani,
                Huwezi kusoma haya
                        Huwezi kuyakariri
                        Huwezi kuyanukulu

Maswali
1. Onyesha jinsi kichwa cha shairi hili kinavyolifaa.
2. Taja mambo mawili yanayoonyesha kuwa barua hii ni muhimu.
3. Je, mshairi anakusudia mwito gani katika shairi hili?
4. Mshairi ametumia fumbo la barua na kipofu katika shairi hili. Fafanua umuhimu wa mbinu hii katika muktadha utakaouchagua.
5. "Kuwashia kipofu taa ni kuharibu mafuta" Fafanua kwa mujibu wa shairi hili.

UKO UCHI!

1. Maji 'kivulia nguo, wahenga walishanena
   Timiza wamuzi huo, wipige mbizi mchana
   Wondoe penye chafuo, ung'ae ufane sana
   Huna budi 'kuyaoga, maji kivulia nguo

2. Kufa kiu si ungwana, nayo maji yakungoja
   Ukoko kigandamana, mwili wote hata paja
   Nayo tiba waiona, usipate yake tija
   Mbona wayaona suna, haya mambo ya faradhi?

3. Japo maji wayaona, kiumbe wanishangaza
   Wendelea kusonona, kandokando 'kijilaza
   Nako kwingi kunong'ona, na shaka kukulemaza
   Mbona wajilaza uchi, nayo maji yakutaka?

4. Chemchemi yakulia, bila chozi kupangusa
   Nawe waikodolea, pasi maji kuyagusa
   Ajabu hujatulia, mwilio waupapasa
   Mbona wapapasa uchi, waja wakikutazama?

5. Wangaza kando na kando, waja wakuajabia
   Huachi wako mtindo, wa uchi kujikalia
   Ufuoni Mto Nyando, kwayo maji kuchelea
   Mbona wachutama uchi, watoto 'kikutazama?

6. Hebu ola wasemavyo, na vidole kuoota
   Jinsi uwachukizavyo, wapita wakikusuta
   Ni wazi wonekanavyo, mashetani kakupata
   Mbona wasimama uchi, nazo nguo mkononi?

7. Watizama maji kisha, watizama wapitao
   Maneno wakiyabisha, na kuhukumu kivyao
   Kwani wote kawatisha, wachafu na waogao
   Mbona watembea uchi, nazo nguo mabegani?

8. Fedheha imekwandama, uso huna pa kuficha
   Usionwe nao umma, hata ndugu wamekwacha
   Kachakaa kiserema, zako butu hata kucha
   Mbona wajifedhehesha, na masuto kuyataka?

9. Si bina umepagawa, ewe mja mwenda uchi
   Ulivyochanganyikiwa, hata mila tena huchi
   Huwezi kujitambuwa, sio kinda sio kuchi
   Ya nini 'sivae nguo, kama maji wachelea?

10. Kama maji huyaogi, ya nini nguo kuvua
    Kiweto yai hatagi, kwa kitanda kulalia
    Na kuku kufungwa mbugi, siko ngoma kuijua
    Mbona waranda mtoni, waogao 'kitishia?

Maswali

1.(a) Mchagua jembe si mkulima. Thibitisha kwa mujibu wa shairi hili.
  (b) Taja mambo yote ya kufedhehesha ayatendayo mhusika.
  (c) Ni kwa nini watu wengine wanamuajabia?
2.(a) Fafanua ujumbe ulioko katika ubeti wa tisa.
  (b) Andika ubeti wa mwisho kwa lugha natharia.
3.(a) Shairi hili ni la bahari gani? Fafanua.
  (b) Fafanua umuhimu wa kubadilishabadilisha mshororo wa mwisho katika kila ubeti.

GANDAMIZI

Hebu sasa mwana shuka, mwana siku imefika
Sikuyo ya kubanduka, ya vipofu kugutuka
Ili wone yanozuka, mabega yanapochoka
    Shuka begani mwanangu

Tafadhali mwana shuka, yamefika yalofika
Umepitwa na miyaka, ya begani kunishika
'Kiniganda kama joka, la mdimu kakakaka
    Shuka begani mwanangu

Taratibu hebu shuka, ewe mwana nimechoka
Kukueleka kwa shuka, na begani kukuweka
Utakapo 'kipeleka, nisijali kuchafuka
    Shuka begani mwanangu

Ewe mwana 'siposhuka, 'takutupa kama taka
Kwani kavuka mipaka, ya kuweza dekezeka
Hebu ruka ukitaka, na ukiweza puruka!
       Shuka begani mwanangu

Maswali

1. Fafanua dhamira ya mshairi.
2. Taja sababu nne zinazomfanya mhusika kumtaka mwana ashuke begani.
3. Linganisha ujumbe ulioko katika ubeti wa 2 na 4.
4. Taja na kufafanua mbinu za lugha na zile za kisanaa zilizotumia katika shairi hili.
5. Taja methali zozote mbili zinazowakifu ujumbe wa shairi hili.
6. Lichambue shairi hili kwa upande wa umbo.
7. Eleza maana ya mafungu yafuatayo kama yalivyotumika katika shairi.
    a. Ya vipofu kugutuka
    b. 'kiniganda kama joka
    c. ya kuweza dekezeka

MCHWA

Ole wao washukao
    Poleni
Mlopanda kwayo pupa
    Na kiu
Kwa tamaa kama mchwa
    Walao
Ngazi waloipandia
    Na kumbe

Watakuja poromoka
　　　Vingazi
Vishindwapo kuhimili
　　　Uzito
Ulozidishwa na shibe
　　　Kazibwa
Macho wasione mbele
　　　Ambako
Ngazi yajikatikia
　　　Hatima
Waanguke kwa mshindo
　　　Wajute
Kusahau ya wahenga
　　　Yambayo
Mpanda ngazi hushuka

Maswali

1. "Mpanda Ngazi Hushuka". Thibitisha ukweli wa methali hii kwa kulizingatia shairi zima.
2. Fafanua jazanda aliyoitumia mshairi.
3. Eleza maana ya msamiati ufuatao.
   a) Pupa b) Poromoka c) Kuhimili d) Mshindo

GANDA

1. Mlimwengu tafakari, kisha nipashe habari
   Unipe na tafsiri, ya haya ninokariri

2. Ninalo tunda kamili, linalotanda kuwili
   Mithiliye waza hili, ngozi na kiwiliwili

3. Ni tunda lilo na ganda, ja chungwa unapotunda
   Si bina limelitanda, kote kote limeganda

4. Ganda tunda lasetiri, kulikinga na hatari
   Na kulipa ufahari, kama maji ya bahari

5. Ganda tunda hulilisha, pamwe na kulirembesha
   Hulipa kutamanisha, waja 'kiwalambitisha

6. Ela tunda litundwapo, na ganda litolewapo
   Na jalani litupwapo, kiamache huwa papo

7. Tunda huliwa kwa pupa, hata liwe la kukopa
   Na mbeguze kuzitupa, hilo naweza kuapa

8. Ganda hupuuzwa tangu, mithili nyama ya wengu
   Lisionewe uchungu, fadhila za walimwengu!

Maswali

1. (a) Eleza ujumbe wa shairi hili kwa tafsili.
   (b) Onyesha jinsi mshairi anavyosisitiza ujumbe huo katika shairi lote.
2. Shairi hili ni la bahari gani? Fafanua jibu lako huku ukitoa mifano kutoka kwa shairi.
3. Eleza kwa tafsili umbo la shairi hili
4. Fafanua maana ya maneno yafuatayo kama yalivyotumika katika shairi:
   a. tafakari
   b. Si bina
   c. Pupa
   d. Mithili
5. Yaandike kwa ukamilifu maneno yafuatayo.
   a. 'Kiwalambitisha
   b. Kiamache
   c. Mbeguze
6. Toa methali inayoambatana na ujumbe wa shairi hili.

MPAPINDI SI MNAZI

'Sidanganywe na matawi, yawavyo yamesitawi
Machoni kungie kiwi, usionywe u kiziwi
Upande mfano chuwi, kwazo hila za mchawi
Usione mpapindi, ukadhani ni mnazi.

Hakikisha kuna nazi, mpapindi si mnazi
Uzione wazi wazi, 'sirukie uamuzi
Ungiapo kwa ukweli, uwe huna pingamizi
Usione mpapindi, ukadhani ni mnazi

Usitende ja kipofu, endeshwaye na hisia
Uwe nazi wazisifu, na machoni hujatia
Wishilie usumbufu, na majuto mara mia
Usione mpapindi, ukadhani ni mnazi.

Maswali

1. Lipe shairi hili kichwa kingine mwafaka.
2. Ni nini dhamira ya mshairi ya kulitunga shairi hili?
3. Taja methali inayoafikiana na maudhui ya shairi hili.
4. Yaelekea mshairi ni mtu asiyeamini jambo kabla ya
5. kulihakikisha. Fafanua.
6. Andika ubeti wa kwanza kwa lugha natharia.
7. Onyesha jinsi uhuru wa kishairi ulivyodhihirika katika shairi hili.

MWENYE KIJUNGU MEKONI

1. Mwenye kijungu mekoni, haachi kuriaria
   Ni ja mshika sukani, chombo kikiabiria
   Si hasha huko pembeni, kwona macho 'kitupia
   Msubiri stesheni, ndiko mambo tajulia
   Haachi kuriaria, mwenye kijungu mekoni.

2. Mwenye kijungu mekoni, haachi kuriaria
   Hebu fanya la imani, wende hali mjulia
   Si bina hutatamani, atavyokuchukulia
   Macho yake ya mekoni, yako ukihadithia
   Haachi kuriaria, mwenye kijungu mekoni

3. Mwenye kijungu mekoni, haachi kuriaria
   Hatoki kwenda sokoni, kitalifa mita mia
   Ama mbio kisimani, huko asije kawia
   Akute kilo chunguni, harufuye yatishia
   Haachi kuriaria, mwenye kijungu mekoni

4. Mwenye kijungu mekoni, haachi kuriaria
   Mara huongeza kuni, kisha maji kutilia
   Viungo asikihini, utamuye kutimia
   Unapotia kinywani, mate yakitangulia
   Haachi kuriaria, mwenye kijungu mekoni.

5. Mwenye kijungu mekoni, haachi kuriaria
   Daima yu shughulini, katu asije sinzia
   Hajaosha visahani, tayari kupakulia
   Pishi awekapo chini, atimize la sheria
   Haachi kuriaria, mwenye kijungu mekoni.

Maswali

1. Eleza dhamira ya mshairi na kugusia mafunzo muhimu yanayojitokeza.
2. Ni kwa nini mshairi anamlinganisha mpishi na nahodha?
3. "Msubiri stesheni, ndiko mambo tajulia" (Ubeti wa kwanza) Ni mambo gani anayoyakusudia mshairi?
4. Taja shughuli tano zinazomwajibikia mwenye kijungu mekoni. Ni kwa nini haachi kuriaria?
5. Unadhani ni kwa nini mshairi akairudia methali ya "mwenye kijungu mekoni" katika mwanzo (mshororo wa kwanza) na kibwagizo?
6. Lichambue shairi hili kwa kurejelea tamathali zilizomo.
7. Shairi hili liko katika bahari gani? Fafanua.
8. Eleza maana ya msamiati ufuatao kama ulivyotumika katika shairi
   a) Kuriaria
   b) Kikiabiria
   c) Kitalifa
   d) Asikihini
   e) Kupakulia

Sura ya Nane

Mafumbo Changamano

HAKI NIMTUZE NANI?

Pulikani maamuma, bilioni kwa malaki
Mupate kinoniuma, mtima uishe dhiki
Naye Mola wa huruma, anipoze mtimani
Walimwengu nambieni, haki nimtuze nani?

Nokoeni enyi waja, mwenzenu sili silali
Tunzo langu hili moja, haligawiki kuwili
Nipeni lilo la tija, niwaridhishe wawili
Walimwengu nambieni, haki nimtuze nani?

Si lulu si almasi, ninayo safi dhahabu
Ninalo pia libasi, la kuvisha atoswibu
Ela haki sitoasi, kwani sinalo jawabu
Walimwengu nambieni, haki nimtuze nani?

Kuna huyu wa mhanga, aloviweka vigingi
Kisha mawe kayapanga, akishachimba msingi
Nyumba yote kaijenga, kikabili dhiki nyingi
Walimwengu nambieni, haki nimtuze nani?

Nyumba kwisha kusimama, paa nalo kaliweka
Matone yataungama, nyumba ilivyovimbika
Milango iliyo wima, na dirisha kaziweka
Walimwengu nambieni, haki nimtuze nani?

Mwisho hili kalifanya, mwashi nyumba kaipamba
Bila fedha kuzifinya, wala fumbo kulifumba
Waja wote wakamanya, mwashi alojenga nyumba
Walimwengu nambieni, haki nimtuze nani?

Mara pakaja mzuka, wake fundi mwenginewe
Akishika lake kebe, katua mithili mwewe
Rangi njema kazipaka, pasipate mfanowe
Walimwengu nambieni, haki nimtuze nani?

Leo mwashi kagutuka, yalopita ya kupita
Haki yake aitaka, hata iwe ni kwa vita
Rangi naye alopaka, ataka tuzo kupata
Walimwengu nambieni, haki nimtuze nani?

Nikimpa alojenga, mwenye rangi tamhini
Aoneke ja mjinga, na nakishi i kutani
Naye mwashi namuenga, hashindiki ujenzini
Walimwengu nambieni, haki nimtuze nani?

'Ngawa hawatoridhika, nambieni lilo haki
Yupi anokubalika, naye yupi wa kubaki
Nisije kulaumika, kuwa miye mzandiki
Walimwengu nambieni, haki nimtuze nani?

Maswali

1. (a) Eleza lengo la shairi hili.
   (b) Kulingana na mshairi ni wahusika gani wawili waliomtatiza?
   (c) Taja kazi muhimu walizofanya wahusika hawa.
   (d) Kwa maoni yako, ni mhusika gani anastahili tuzo?
      Litetee jibu lako kikamilifu kwa kutoa mifano kutoka kwa shairi.
2. Kwa nini mshairi anasema 'nokoeni' badala ya 'niokoeni' katika ubeti wa pili? Toa mifano mingine ya matumizi ya lugha yaliyokiuka kanuni za sarufi katika shairi hili na ueleze kwa nini pakawa na hali hiyo.

3. Ni tamathali ipi ya lugha iliyotumiwa katika ubeti wa tano mshororo wa pili?

MSOMI NIFUMBULIE

1. Hili fumbo nalifumba, wasomi kuwafumbia
   Kwayo lugha ya kupamba, na utunzi wa sheria
   Kichipuza kwa kulumba, malenga nikifatia
   Michango kikusudia, nijaziwe hino dimba

2. Nina kitu chanitanza, na kutinga mawazoni
   Nimeketi na kuwaza, nikibwage ukumbini
   Mupate kukiangaza, chombo hiki hadharani
   Musiponijibu sini, sitokoma wachagiza

3. Kichwache ni mviringo, utadhani ni chapati
   Kukimeza ni uwongo, mkononi hufumbati
   Wala hakifai jengo, na sonara hakipati
   Si ghulamu si benati, simpi hata msungo

4. Kitumboche sidanganywe, uambiwe ni kitambi
   Kusaka nacho kionwe, kiunoye ni kazimbi
   Thineni nayo isiwe, si aroba miye sambi
   Miguuye sikufumbi, waza hili utambuwe

5. Ingawa ki maridadi, hukipati kwa kaburu
   Kufaako huna budi, kwingineko kukuzuru
   Upigapo huko hodi, kikipata nishukuru
   Nako utakuwa huru, hutatishwa: "Toa kadi!"

6. Wingiapo usitange, wasabahi waliopo
   Kisha macho uyalenge, kuondoka waanzapo

Katu babu 'simtenge, mtazame atokapo
Utegue papo hapo, kinginecho nikitege

7. Ushindwapo kutegua, mtafute dakitari
Mjuzi wa kupasua, mboni zikaona siri
Kisha miwani nunua, upate ona vizuri
Usomapo mashairi, jazanda ukachambua

Swali
1. Lifumbue fumbo hili kwa kulitungia shairi.

JICHAGULIE NIKUPE

1. Wangu ng'ombe namtowa, nikupe sahibu yangu
Kipande sijaondowa, ulalame kwa uchungu
Nakwachia kuchaguwa, kiungo kutoka kwangu
Hebu nambie mwendani, kiungo gani wapenda?

2. 'Siseme nakufitini, nambie unachopenda
Ng'ombe hayuko zizini, nyamaye nimeitanda
Nambie wataka gani, mwenzio sitokuvunda
Hebu nambie mwendani, kiungo gani wapenda?

3. Sema kama ni ulimi, mtamu uso mfupa
Kelele iso uchumi, ndo mazao utokupa
Ela usipojihami, lake deni utalipa
Hebu nambie mwendani, kiungo gani wapenda?

4. Macho yakikuvutia, takuwa wa kutazama
Waja wakijipitia, dirishani watazama
Mwalimu kikusemea, kwa mengine umezama
Hebu nambie mwendani, kiungo gani wapenda?

5. 'Kichagua masikio, hayo mbio nitakupa
   Kwani ndicho kinasio, cha mafunzo ninokupa
   Nipunguze marudio, na wakati kuutupa
   Hebu nambie mwendani, kiungo gani wapenda?

6. Kitaka pembe nambie, nianze kuchana mbuga
   Zahama nijepushie, fahali ujapo iga
   Sitaki sitaki mie, roho yangu kuvuruga
   Hebu nambie mwendani, kiungo gani wapenda?

7. Jichwa ulichaguapo, siige wake ugumu
   Uwe zuzu tangu hapo, hujui chungu na tamu
   Sisemi mithili popo, asoweza jifahamu
   Hebu nambie mwendani, kiungo gani wapenda?

8. Shingo ulitamanipo, usambe tafunga tai
   Ni kamba tokea hapo, uvutwe uje zirai
   Masahibu ufatapo, waponze wako uhai
   Hebu nambie mwendani, kiungo gani wapenda?

9. Kidari chenye misuli, kipana wasema ndicho
   Usukume kwa ukali, chochote uchaguacho
   Waja wakuite nduli, sifa zikujae kocho
   Hebu nambie mwendani, kiungo gani wapenda?

10. Mtima nao ni huo, chagua nikupe ndugu
    Ni wima lako chaguo, mwendo ungiapo sugu
    Ela chunga mshituo, ukumbwapo na vurugu
    Hebu nambie mwendani, kiungo gani wapenda?

11. Nambie wataka ini, nikate kauli hino
    Wororo wautamani, na kulegea ni mno
    Hujali kuketi chini, na kuletewa vinono
    Hebu nambie mwandani, kiungo gani wapenda?

12. Figo, mapafu na wengu, wambapo wavitamani
    Hebu neleze ndu yangu, wataka vyote vya nini?
    Ewe mja wa mafungu, punguza wako uhuni
    Hebu nambie mwendani, kiungo gani wapenda?

13. Matumbo takupatia, wambapo wataka hayo
    Uwe lako kujilia, kilaji kwa nyingi choyo
    Wenzako hutojalia, japo wayaenga hayo
    Hebu nambie mwendani, kiungo gani wapenda?

14. Maguu kitaka sema, uwe mja mtembezi
    Shuleni hutosimama, kwengine wenda barizi
    Wenzako wanaposoma, kuzurura yako kazi
    Hebu nambie mwendani, kiungo gani wapenda?

15. Nawe mtaka viwele, maziwa kunyonya sana
    Hutovinyonya milele, chuchu zitakunjamana
    Ikubidi nyasi ule, na utoto kuukana
    Hebu nambie mwendani, kiungo gani wapenda?

16. Ngozi nayo hino shika, juani uitandaze
    Na mafuta uipake, ing'are ikupendeze
    Uondokwe nayo shaka, na wenzako ipumbaze
    Hebu nambie mwendani, kiungo gani wapenda?

17. Wamuapo ni mkia, na mgwisho huno pata
    Wa hekima kukingia, iwe nyuma yuavuta
    Hatimaye uje lia, ikizima yako nyota
    Hebu nambie mwendani, kiungo gani wapenda?

18. Ewe mwali na ghulamu, uketiye darasani
    Nipe hoja ya kudumu, nijue wataka nini
    Kama wataka kitamu, kiungo sitakuhini
    Hebu nambie mwendani, kiungo gani wapenda?

19. Ela nakuonya mja, mpenda nyama laini
    Kongosho inakungoja, nyongo kali ja kwinini
    'Kitumbukia si hoja, kwani lipenda maini
    Hebu nambie mwendani, kiungo gani wapenda?

20. Tamati ninakwarifu, japo ng'ombe ninakupa
    Ung'wafuapo minofu, ugugune na mifupa
    Kwani hasa yangu hofu, ni chochote kukitupa
    Hebu nambie mwendani, kiungo gani wapenda?

Maswali

1. (a) Eleza dhamira ya mshairi.
   (b) Taja viungo vyote vilivyoshughulikiwa katika shairi hili huku ukifafanua vinachowakilisha.
   (c) Mbinu ya sanaa iliyotumika hapo juu yaitwaje?
2. (a) Taja tahadhari zote zilizotolewa na mshairi.
   (b) Ni viungo gani bora vya kuchagua kwa mujibu shairi hili?
   (c) Ni utatanishi gani unaotokea kufikia ubeti wa mwisho mshororo wa tatu?
3. (a) Shairi hili ni aina ya ukaraguni. Thibitisha kwa kutoa mifano katika shairi.
   (b) Taja bahari nyingine zinazojitokeza katika shairi hili.
4. Katika ubeti wa 15 mshairi ametumia maneno matatu yenye maana sawa na matiti. Taja maneno hayo kisha utaje mengine mawili ambayo hayakutajwa kwenye shairi yenye maana sawa na hiyo.

NAITWAA YANGU KAMBA

1. Ungawa wa kuumiza, uchome hata maini
   Udhuru nitatangaza, nijitoe lawamani
   Wasemao kuwajuza, jambo hili wabaini
   Si haramu si hatia, huno wangu uamuzi

2. Nimetakwa na sahibu, nieleze kinudhumu
   Iwapo hasa ni tabu, au jambo la haramu
   Moyo wako kuadhibu, kwa jambo lisolazimu
   Kama kumfuga ng'ombe, usogusa lake ziwa

3. Ng'ombe huyu pulikani, nambeza ulingoni
   Lake zuri silioni, kheri la mkakasini
   Kasoro kilicho ndani, harabu yake thamani
   Hebu enga zake pembe, uzipe na tathmini

4. Hizo pembe nakweleza, zimeshinda mwenye zizi
   Asiweze kupunguza, urefuye kwa ujuzi
   Ukali zikaongeza, ikakita na mizizi
   Ndiposa nayachelea, madhara yatoandama

5. Nachelea majeraha, kwao ng'ombe wa jirani
   Au hata yangu siha, sijesha kugea kani
   Nijitose kwa karaha, hali raha natamani
   Msiba kujitakia, yasemwa hauna pole

6. Katu sitopata pole, toka kwake muuzaji
   'Tanitupa pale pale, aushikapo mtaji
   Awe mtazama mbele, asolola vitongoji
   Akaona yasibuyo, elekaye milihoi

7. Bali huko kutolola, iendako mifugoye
   Hakuwi sababu bila, mpulike ziziniye:
   "Zaidi sina pahala, kuweka kila aliye
   Na pembe zilochongoka, kutisha hata mahoka!"

8. Kwisha hizo dukuduku, zizi hutulia tuli
   Ela haipiti siku, isiyo vurugu kali
   Iwe hata sikukuu, ya tamasha mbalimbali
   Zizi mpya 'kivurugwa, na huyo ng'ombe mgeni

9. Keshoye ni hodi!hodi!, huyo auma kidole
   Mlangoni ajinadi, hebu tizama uole
   Uso kaukunja hadi, kudhaniwa yu muwele
   Ndiye yule mnunuzi, na alichojitwalia.

10. Maneno katu hataki, kuishusha yake hadhi
    Aonavyo ndivyo haki, ng'ombeo akukabidhi
    Majirani 'kishiriki, ja shahidi pia kadhi
    Atwaapo yake kamba, na kwenenda kimya kimya.

11. Ruya hiyo ikikwisha, fahamu zakugutuka
    Ndipo taa waiwasha, na bongo kulimulika
    Utando ukaondosha, wangavu ukakupoka
    Ndipo unamaka ole!, ole wafugaji juha!

12. Unapovuta taswira, wawaenga ndama safi
    Kwa maungo pia sura, wasokuwa katu ghafi
    Walovikwa sifa bora, wa laini kama sufi
    Wengi wakilambitia, kuwafuga si kutinda

13. Sifa zinakupumbaza, usiwaze la wajibu
    Ya faradhi wayabeza, nayo sunna 'sijaribu
    Kaziyo ni bembeleza, usiambe kawa bubu
    Maninga yanapofuka, usienge kijiricho

14. Ndama wameapo pembe, u chakari hujiwezi
    Sifa zimekuwa pombe, ikupayo usingizi
    Unapopigwa vijembe, wakenua 'kibarizi
    Hadi unapozinduka, ndama wakikwaruzana

15. Waonapo wafumuka, vita vinakoma mara
    Waiga kula ukoka, mashavu yalivyofura
    Milini kulochafuka, walambana kwa ibara
    Kusudi kubatilisha, weusi kuwa weupe

16. Yanaanza kwa uneni, na rununu kuzagaa
    Kwamba ndama wa fulani, sio ng'ombe ni balaa
    Wafaako bucherini, waliwe kama dagaa
    Mwenyewe wamemshinda, sembuse mtu wa kando.

17. Mradi nikampima, azizi wangu mgeni
    Mawazo yakanifuma, kimuweka mizanini
    None kama wangu ndama, 'tanitia msibani
    Kwani pembe zachongoka, kwayo kasi ya umeme

18. Kumaliza tathmini, natoa kilma changu
    Hitimisho na saini, kwamba hatokaa kwangu
    Ni huyo kamba shingoni, kama alotiwa pingu
    Hadi kwake muuzaji, vituko alozoweya

19. Nishapo kumrejesha, nafanya kama wenzangu
    Sifa zake namvisha, zilo chachu hata chungu
    Shingoni naiondosha, kamba ilo haki yangu
    Nazo kheri natakia, mteja atofatia

20. Ndipo ndugu kanitaka, kueleza nilotenda
    Kama lililozivuka, taratibu za kiada
    Wengine 'kilalamika, sikutaka msaada
    Eti angebadilika, kama ningempa muda.

21. Wote hao nawaomba, wanijibu kwa kikweli
    Iwapo yalonikumba, yalitendwa kihalali
    Kisha wanijibu kwamba, watamani yangu hali
    Lau sivyo waniache, niitwae yangu kamba

Maswali
1. Eleza dhana ya mabadiliko katika shairi hili.
2. Taja madhara yote yanayotokana na mabadiliko hayo.

KUKU SIMFUGI TENA

KI	Kimenipata kisanga, miye mfugaji kuku
I	Ikanibidi kutunga, kwa hamasa na shauku
NI	Niseme nilipolenga, mayai na wangu kuku
YE	Yenziye sijayaenga, yanipavyo dukuduku

    Kuku kayala mayai
     Simfugi tena

TA	Tazama nimenunua, kuku ayaotamie
M	Mpango ni kuangua, kizazi nikipanue
A	Ajabu ninogundua, yanipa kupiga yowe
A	Alokuwa aminiwa, kagundua utamuwe

    Kuku kayala mayai
     Simfugi tena

SI	Sijui alivyowaza, kona vyema ayaonje
J	Jukumule kapuuza, akatapa kama nyenje
U	Ukali alonijaza, sikumpa hata punje

Miale ya Mashariki

I   Imani nilipoteza, nikahisi nimchinje
         Kuku kayala mayai
           Simfugi tena

HA   Hakika nimeamua, kuku simfugi tena
S   Shaka alonizulia, kwangu hana muamana
W   Wala sitojizuwia, vita naye kupigana
A   Anilipe alotia, hasara ilojazana
         Kuku kayala mayai
           Simfugi tena

Maswali

1. Eleza kisanga anachokisimulia mshairi huku ukifafanua hasara aliyoipata.
2. Fasili jazanda ya kuku na mayai.
3. Eleza na kufafanua jinsi sauti ya mshairi inavyopanda na kushuka katika sehemu mbalimbali za shairi hili.
4. Fafanua maudhui yanayojitokeza katika ubeti wa tatu. Je, ubeti huu una umuhimu gani katika shairi?
5. Lichambue shairi hili kwa upande wa umbo.
6. Ujumbe ulioko katika herufi nzito (Zilizo pembeni kulia) unaoana vipi na maudhui kuu katika shairi? (Zisome kutoka juu kwenda chini)

NYOKA KUMEZANA

1. Maajabu hayaishi, mja haya tafakari
    Sijaja kujishawishi, janga hili kukariri
    Kijiji ninamoishi, makubwa yamedhihiri
    Hivi nyoka kumezana, ndo kiyama isemwayo?

2. Kakuta kando ya njia, majoka hayo mawili
   Sijui viloanzia, vita viso mfadhili
   Ghafula kang'ang'ania, kumezana kwa ukali
   Hivi nyoka kumezana, ndo kiyama isemwayo?

3. Ilijiri nyonyanyonya, kila moja mkiani
   Kusiwe wa kujiponya, anusurike vitani
   Wala lau kujionya, kwamba "nimezacho nini?"
   Hivi nyoka kumezana, ndo kiyama isemwayo?

4. Nimeze nikikumeza, mviringo liundika
   Kila moja kajikaza, hata nyute kumtoka
   Kumbe ndiko kujimeza, sawasawa kujizika!
   Hivi nyoka kumezana, ndo kiyama isemwayo?

5. Kiduara kilizidi, polepole kuwa duni
   Kama kilotiwa gundi, ama yai kiotani
   Kikaumbwa kwa ufundi, sambi nimtuze nani
   Hivi nyoka kumezana, ndo kiyama isemwayo?

6. Kisha huo mlipuko, mithiliye ni baruti
   Kukaja mpepesuko, majani juu ya miti
   Matumbo karushwa huko, ikawa ndiyo tamati
   Hivi nyoka kumezana, ndo kiyama isemwayo?

Maswali.
1. Pambanua jazanda ya nyoka hawa wanaomezana.
2. Ni nini dhamira ya mshairi katika kulitunga shairi hili?
3. Katika shairi zima kuna mvutano na hasira kubwa. Mlipuko unaotokea unaashiria nini?
4. Mshairi anamaanisha nini anaposema kuwa vita hivi havina mfadhili?

5. Fafanua ujumbe uliko kwenye mshororo wa tatu ubeti wa nne.
6. Lichambue shairi hili kwa upande wa tamathali za usemi. Tamathali hizi zimesaidia vipi katika kuendeleza maudhui?
7. Andika ubeti wa tano kwa lugha natharia.
8. Kibwagizo cha shairi kina umuhimu gani katika shairi? Fafanua kwa kulirejelea shairi hili.

AJABU YA TUNGULE

1. Tungule wanishangaza, uwavyo mwenye kinaya
   Moyoni kanilemaza, utendavyo mambo haya
   Iweje wewe waoza, yajapo majira haya?
   Nieleze kikulacho, nimsake mganguzi

2. Kila yajapo masika, yanaoza matundayo
   Asipate kuyashika, hataye ayakuzayo
   Gulioni kupeleka, aipate faidayo
   Nieleze kikulacho, nimsake mganguzi

3. Kinyume na mingineyo, mimea nifahamuyo
   Ipendavyo maji hiyo, masika ni tuzo kwayo
   Ela kwako hali hiyo, hukuvunja wako moyo
   Nieleze kikulacho, nimsake mganguzi

4. Hebu tomato nambiye, usambe nakushutumu
   Nijuze ilikwendaye, masika yakawa sumu
   Wishipo uyachukiye, yawavyo yakudhulumu
   Nieleze kikulacho, nimsake mganguzi

5. Neleze ilianzaje, mkawa hamupatani
   Nijipambe hima nije, tuisake afueni
   Welewano kati uje, muishi kama zamani
   Nieleze kikulacho, nimsake mganguzi

Maswali
1. Fafanua kinaya kinachorejelewa katika shairi hili.
2. Ni nini lengo la msuluhishi hapa?
3. Toa maoni yako kuhusu mgororo huu kwa kurejelea shairi la "Utetezi wa Tungule".

UTETEZI WA TUNGULE.

1. Shairi umelitunga, na tungule kunitweza
   Kwa madai ya kupanga, eti miye ni muoza
   Mkono ukayaunga, masika ukayatwaza
   Mshairi kaniponza, kwani yangu maumbile

2. Mambo ulitia munyu, kinaya ukanituza
   Ukalenga kwa ufinyu, kisache kwangu kuoza
   Kila yajapo manyunyu, ya masika kutangaza
   Mshairi kaniponza, kwani yangu maumbile

3. Sio sumu yano maji, ninazidi kukujuza
   Ela yangu mahitaji, ni mlo wa kunikuza
   Si ulevi wa kinywaji, wa maungo kulemaza
   Mshairi kaniponza, kwani yangu maumbile

4. Tungule kanidunisha, na mingine kutukuza
   Ipendavyo maji tosha, masika yanapokaza
   Bali yote sivyo hasha, ishike hino ruwaza
   Mshairi kaniponza, kwani yangu maumbile

5. Kanitaka nikweleze, mzozo ulivyoanza
   Hebu mja nikujuze, ubaguzi waufanza
   Kwani usiyaulize, masika yanoniponza?
   Mshairi kaniponza, kwani yangu maumbile

6. Kajipa usuluhishi, wa kutupa muangaza
   Kama zamani tuishi, zamani usiyowaza
   Huno wako ni uzushi, na yako hujayaweza
   Muachie mkulima, ayajuaye majira

Maswali
1. Kwa kurejelea shairi la 'Ajabu ya Tungule', unadhani ni nani anapaswa kulaumiwa katika mgogoro huu?
2. Fafanua kwa kifupi maoni yake tungule na uyalinganishe na yale ya msuluhishi katika shairi lililotangulia.
3. Fafanua ujumbe ulioko katika ubeti wa nne na tano.
4. Ni kwa nini msuluhishi anapagazwa uzushi katika ubeti wa mwisho?
5. Eleza matumizi ya lugha yafuatayo kama yalivyojitokeza shairini.
   a) Muoza
   b) Kaniponza
   c) Tia munyu
   d) Ufinyu
   e) Masika yanapokaza
   f) Ishike hino ruwaza.

OLA WAMBE

Ola, bali siole kilele
Amba, bali siambe kikale
Imba, bali siimbe kiwale
Ola, amba; imba

Ola, bali silole wa kule
Amba, bali siambe na wale
Imba, bali siimbe kwa wale
Ola, amba; imba

Ola, uambe yaliyo kule
Amba, uimbe yalo na wale
Imba, yachome wale na wale
Ola, amba; imba

Ola, uambe kwazo kelele
Amba, uimbe yao wavyele
Imba, utone wao uwele
Ola, amba; imba

Ola, uambe pasi na gele
Amba, uimbe busara tele
Imba, waavye vyao vipele
Ola, amba; imba

SIMKOPI SHAILOKI

Palokita Shailoki, Antonio masikini
Huzuliwa nyingi chuki, pia nao ukinzani
Akawana na mikiki, na kutiwa hatarini
Simkopi Shailoki, heri nife masikini

Heri nife masikini, ziondoke zangu dhiki
Nifukiwe mashambani, japokuwa sikutaki
Haja yangu asilani, kwa hasidi sipeleki
Simkopi Shailoki, heri nife masikini

Nitapinga zake hoja, hizo hati sisaini
Kwa kukazwa nayo haja, zinipofukie mboni
Nije hasirika mja, kwa Poshia kutamani
Simkopi Shailoki, heri nife masikini

Nikose japo mahari, simkopi mnafiki
Ukapera huna shari, ghururi sitashiriki
'Tatua nitafakari, nipime ninoafiki
Simkopi Shailoki, heri nife masikini

Simkopi Shailoki, bepari alo mjini
Asojali lenye haki, cha ziada tatamani
Hali yake hatosheki, hana wema duniani
Simkopi Shailoki, heri nife masikini

Deni litoalo moyo, deni hilo deni gani
Nachelea njama hiyo, si hali ya kutamani
Shailoki mwenye choyo, riba wanitozeani?
Simkopi Shailoki, nijitie hukumuni

Mnyonge ningali miye, ilivyo sina riziki
Hakuna anijaliye, ela wingi unafiki
Sikopi niangamiye, sitaki miye sitaki
Simkopi Shailoki, anijie kwa mizani

Shailoki wapo wengi, nyoyoni hawaridhiki
Wahodhio mali nyingi, lakini hawakopeki
Hujenga yao misingi, 'kiogofya kwa hamaki
Simkopi Shailoki, ndugu tuwaondoeni

Yataka waliwe njama, waendewe juu chini
Ifike yao kiyama, ukome wao uhuni
Matendo waje ungama, hapa si mkunazini
Simkopi Shailoki, ninyanyaswe hadharani

Tanbihi

Usuli wa shairi hili ni mkinzano baina ya wahusika Antonio na Shailoki katika tamthilia ya **Mabepari wa Venisi,** tafsiri ya **Merchant of Venice** (William Shakespeare), iliyofanywa na Mwalimu Julius Nyerere. Wanafunzi wanashauriwa kuisoma ili kuupata mgogoro huu waziwazi.

KUKAMIA JOTO

1. Majani makavu, yalishika moto
   Pakaja wangavu, kumbe wa mpito
   Likaoshwa jivu, kwa kasi ya mto

2. Walowasha moto, joto 'likamia
   Kawa furukuto, kiti kuwania
   Hao kwenye keto, wasotazamia

3. Waloona mwanga, walimaka 'kumbe'
   Walo wakipinga, wali na ujumbe
   Ngoma ya wachanga, nyepesi ja wembe.

Maswali

1. Yaelekea mshairi anaibeza hali fulani. Unadhani ni hali gani hiyo?
2. (a) Uchambue ubeti wa pili wa shairi hili kwa upande wa maudhui.

   (b) Unadhani ni kwa nini 'Walowasha moto' walifikia hata kupigania kiti? Kwa nini walijuta?
3. 'Waloona mwanga' walimaka kwa nini? Nao 'walo wakipinga' walikuwa na busara gani?
4. Uandike ubeti wa mwisho kwa lugha natharia.

5. Shairi hili liko katika bahari gani? Fafanua.
6. Andika maneno yafuatayo kikamilifu:
   a) Likamia
   b) Kawa
   c) Walo
   d) Wali

NGULI SICHI NDULI

Naigema yangu tembo, kwa nguvuze Maulana
Iso kama ya kitambo, nilogema kwa ujana
Nikabanwa na majambo, mi nayo tukaagana
Hino sitotia maji, hata waja wanisifu

Hata waja wanisifu, katu sitotakabari
Nijione maarufu, nisiweze jinusuri
Wasakao takilifu, waje nayo tafusiri
Maji sitotia hino, hilo tena silifanyi.

Hilo tena silifanyi, nimeisoma lesoni
Ya kujitwika umanyi, wa ghaibu na nyumbani
Ndo nionwe miye mwinyi, nijuaye kuzabuni
Sitotia hino maji, waja waje niandama

Waja waje niandama, mahasidi kwa chereko
Zirindine zao ngoma, zichezwapo kwa vituko
Zienezwe kama homa, rununu za poromoko
Sitotia maji hino, kuwapa nduli vicheko

Kuwapa nduli vicheko, wapuruke kwa jadhiba
Wasambae kila soko, kwalo tembo la kuiba
'Kiwapunja walioko, juma lote siku saba
Hino maji sitotia, nimepata maghufira

Nimepata maghufira, sikizeni enyi nduli
Ninaporudi kiwara, nawapeni onyo kali
Mrudi mlikogura, nako mtulie tuli
Kwani hino sitotia, miye nguli sina maji

Maswali

1. Kwa mujibu wa shairi, ni mambo gani yaliyomfanya mhusika kulitia tembo la awali maji?
2. Fafanua jinsi waja walivyomwandama mshairi.
3. Eleza jinsi waja walivyoshangilia kuanguka kwa mhusika na majuto yanayompata.
4. Ni onyo gani analotoa mhusika kwa waliomsuta?
5. (a) Shairi hili ni la aina gani? Fafanua jibu lako kwa kurejelea nguzo muhimu za mashairi ya arudhi. (b) Onyesha jinsi uhuru wa kishairi unavyojitokeza katika shairi hili.
6. Andika ubeti wa mwisho kwa lugha natharia.
7. Fafanua vifungu vifuatavyo kwa mujibu wa shairi:
    i. Nikabanwa na majambo
    ii. Katu sitotakabari
    iii. Ndo nionwe miye mwinyi
    iv. Rununu za poromoko
    v. Mrudi mlikogura

NCHA YA KUCHA

1. Bweha sinipe kisogo, pulika yangu shabaha
Lako chaka la muhogo, halikupi tena raha
Unicheke miye mbogo, uonavyo miye juha
Hili chaka la mabweha, sitalicha mimi mbogo

2. Hino enzi taiponda, niikunje kama waya
   Utimue kama punda, marufuku kwenye kaya
   Ukauke kama ng'onda, lisitoke neno moya
   Utambue zako ruya, ninaweza kuzivunda

3. 'Sipofushwi na sauti, ubwekavyo kwa kishindo
   Wake mwangwi haupiti, mita moya kando kando
   Hauyapiga saluti, kwa wayuzi wa mawindo
   Wayuao hata kondo, vinyama kupiga shuti

4. Kama simba ningemcha, niyuaye zake kucha
   Ela siwe ulo ncha, zilo butu kutwa kucha
   Zisoweza kupekecha, lau ngeu kuiwacha
   Sitakucha sitakucha, kuna ncha kwangu kucha

Maswali

1. Fafanua ujumbe ilioko katika shairi hili.
2. Eleza uhusiano ulioko baina ya mbogo na mbweha na utaje sababu ya uhusiano huu kuwa hivyo.
3. Kwa kurejelea ubeti wa pili, eleza jinsi mbogo anavyopanga kumwangamiza mbweha.
4. Onyesha jinsi mshairi alivyowalinganisha simba na mbweha katika ubeti wa mwisho.
5. Taja tamathali zote za usemi zilizotumika katika shairi hili huku ukitoa mifano ya matumizi yake.
6. Kichwa cha shairi hili kinatanda kuwili. Eleza maana mbili
7. za kichwa hiki.
8. Lipe shairi hili kichwa kingine mwafaka. Katika ubeti wa mwisho neno 'kucha' lina maana tatu. Fafanua maana tofauti za neno hili kama lilivyotumika katika mishororo mbalimbali.

9. Eleza maana ya msamiati ufuatao kama ulivyotumika katika shairi.
   a) Kisogo
   b) Pulika
   c) Juha
   d) Waya
   e) Enzi
   f) Kaya
   g) Ng'onda
   h) Moya
   i. Ruya
   j) Mwangwi
   k) Kondo
   l) Shuti
   m) kupekecha
   n) Ngeu
   o) Kuzivunda

MSWALI WA UCHAMBUZI

1. Fafanua istilahi zifuatazo kama zitumikavyo katika Ushairi wa Kiswahili
   a) Urari
   b) Kujitosheleza/utoshelezaji.
   c) Mwanzo, mloto, mleo; mwandamizi
   d) Inkisari na mazida
   e) Tabdila
   f) Jazanda
   g) Mtiririko
   h) Kidato
   i) Bahari
   j) Mkondo
2. Taja na uleze vipengee muhimu vya mtindo katika shairi la Kiswahili.
3. Eleza tofauti iliyoko kati ya dhamira na maudhui. Je, dhana hizi mbili hujengana vipi katika kazi za fasihi?
4. Uchaguzi wa msamiati na matumizi mengine ya lugha hutegemea mambo kadha. Taja baadhi ya mambo haya na ueleze jinsi yanavyoathiri shairi zima.
5. Taja na kufafanua bahari zozote tano za mashairi.
6. Idhini au uhuru wa mshairi ni baadhi ya kaida zinazotawala utunzi wa mashairi. Fafanua kwa kutoa mifano mwafaka.
7. Fafanua dhana tatu kati ya zifuatazo:
   a) Ploti
   b) Tamathali za lugha
   c) Ngonjera na malumbano
   d) Pindu
   e) Sakarani

8. Eleza umuhimu wa dhana zifuatazo katika ushairi:
   a) Tabdila
   b) Utohozi
   c) Ritifaa
   d) Kufinyanga au kuboronga sarufi
9. Fafanua tofauti kati ya:
   a) Kibwagizo na kidato
   b) Msuko na pindu
   c) Ukara na ukaraguni
10. Kwa kutolea mifano ya mashairi katika diwani hii, eleza maana ya:
    a) Utendi
    b) Mandhuma
    c) Kikwamba
    d) Mtiririko
    e) Msuko
11. Eleza tofauti kuu kati ya shairi huru na shairi la kijadi kwa kuzingatia arudhi kwa jumla.
12. Mbali na kuelimisha, mashairi pia huchemsha bongo. Toa mifano ya mashairi ya mafumbo katika diwani hii na ujaribu kufumbua.

SHEREHE

Malenga Nipokeeni
Duramandhuma - bahari mojawapo ya mashairi inayozingatia silabi fulani mwanzoni mwa kila ubeti.
Muuja - muujiza; jambo lisilo la kawaida; ajabu
Tija - matokeo yenye faida, mazuri
Isimu - sayansi ya kuchanganua lugha na kuieleza.
Kunga - ufundi au ujuzi

Nitaitwaje Malenga?
Kifundo - fumbo au jazanda
Waji waji - mojawapo wa bahari za mashairi
Zivindo -   "   "   "
Jiketua - ringa; jivuna
Bambanya - tumia maneno bila kuwa na ujuzi wake.
Ndaki - chuo kikuu
Pukupuku - vivi hivi, bila uangalifu

Mola Nepushie
Angavu - yenye mwangaza
Utuvu - utulivu
Lukuma- ulaji wa rushwa au hongo
Uyabisi - ugumu; ukavu
Ndotombi - ndoto mbaya

Mbona hivi?
Liwashalo - linalochoma; linaloudhi
Yasohukumu - yasiyotoa uamuzi usio wa haki
Kunihini - kuninyima haki yangu; kunidhulumu

Mnong'ono -	hali ya kunung'unika au kulalamika
Turufu -	kipimo; ukadiriaji mwema
Kicho -	hali ya kuogopa, hofu, woga
Kiwi -	giza; kiza
Tengo -	kundi lenye lengo maalumu
Mhakiki -	mtu anayependa kukosoakosoa mambo
Yani -	ya nini
Usodawi -	chuki; kiburi; ufidhuli; ujeuri; usodai

Mataara

Mapisi -	mambo yaliyotendeka kikweli; historia
Maridhia -	bora au ya kupendeza
Thinine -	mbili
Ghulamu -	mvulana; kijana mwanamume
Nilitanzwa -	nilitatizwa; nilisumbuliwa
Nigurie-	nihamie
Mtu mbali-	mtu tofauti na wengine
Kachero -	mpelelezi
Mwengero -	hongo
Niambaa -	kuniogopa; kupita mbali
Kuchakuro -	mnyama mdogo wa porini achimbaye na kula nafaka baada ya kupandwa
Wakiemewa -	wakishangaa; wakiduwaa
Yakhe -	watu wa tabaka la chini; wakaa bure
Nadharia -	dhana juu ya jambo ambalo halijulikani ukweli wake
Vuguvugu -	hali ya mwamko fulani; hali ya kutotulia; wasiwasi

Mzizimo -	baridi; hali ya kumtia mtu ubaridi wa hofu; woga
Wano-	hao
Tuliyainga-	tuliyapinga; tuliyakataa
Harara -	shughuli nyingi
Hera-	hela; pesa

Hau Pweke

Baini-	fahamu; jua; maizi; tambua
Mirathi -	urithi; mali yanayoachwa na mtu aliyekufa
Hulola -	hutazama; huangalia
Mkunazini -	mbele ya Mungu; mbinguni
Ulingoni -	jukwaani

Ruiri Hakuna jangwa

Ikapiku -	ikashinda, ikapita
Kopo -	kikombe kikubwa
Kuhiji -	fanya ibada maalum huko Maka
Shime -	neno au jambo la kumwongeza mtu bidii

Dau langu li salama

Ukakamavu -	uvumilivu; uhodari
Waivu -	watu wenye wivu na chuki
Kukinza -	kuzuia
Kuyumbisha -	kufanya chombo kwenda huko na huku; sukasuka
Kilindini -	mahali baharini penye maji mengi; kilifi; kina
Kukenua -	funua mdomo kwa kucheka hata meno yaonekane
Pupa -	tamaa au hamu hasa ya kula kitu
Kanivua -	akanitoa kwenye shida

Tia manjanika - tia juhudi kuu hadi kufaulu
Ukafuka -   ukatoa moshi
Chagizo -   vikwazo; vipingamizi
Mizungu -   mambo ya ajabu ajabu

Wimbo wangu
Ninaotongoa -   ninaoweka waziwazi
Mbolezi-   nyimbo ziimbwazo matangani
Nyonda-   mapenzi
Chekechea-   shule ya watoto wadogo, nasari
Mwangwi-   sauti inayorejea mara ya pili baada ya kutolewa, hasa inapogonga kitu kama vile mwamba ama ukuta
Wanuna-ndugu   watoto wanaozaliwa baada yako, wadogo, walungizi
Wakoi-   watoto wa ndugu wa kiume wa baba mzazi, shangazi au mjomba
Binamu-   mtoto wa ami (ndugu wa kiume wa baba)
Mahadhi-   upandaji na ushukaji wa sauti katika uimbaji
Zikirambitia-   zikitokwa na mate
Wahaka-   wasiwasi
Kongowea-   pongezi, hongera, shangilia
Huba –   mapenzi
Kite-   uchungu mkali, hasa wa uzazi
Ruwaza-   mpangilio maalum wa kufanya jambo
Lohoni-   kitu cha kuandikia kama vile karatasi au ubao

Pendo limenisakama

Ihuwani -	mtu; binadamu
Mtima -	moyo
Mwafulani -	jina litumikalo badala ya kumtaja mtu kwa jina lake; msimbo
Rikwama -	mkokoteni, rukwama
Nikiutema -	nikifa
Darahima -	pesa
Bima -	malipo yatolewayo kama fidia
Ngama -	mahali pa kutua; nyumbani
Maamuma -	mtu asiye na ujuzi Fulani na huhitaji msaada, limbukeni
Chakacha na lelemama -	ngoma za Waswahili; nyimbo, shangwe.
Taadhima -	heshima; utukufu
Madhila -	mateso; usumbufu

Namba nawe

Siole -	usione
Ndia -	njia
Kimwenge -	mwenge mdogo; kifaa cha kumulikia
Nana -	jina la heshima litajwalo kabla ya jina halisi la mwanamke

U wapi?

Mtanashati -	mtu maridadi, nadhifu
'Kidekadeka -	kwa mpigo wa kasi
Mtesi -	mtu apendaye ugomvi
Chuchuchu -	masengenyo

Mchoyo -	mtu mwenye tabia ya kunyima; asiye mkarimu

Ua litaponyauka

Wakwatuka -	umerembeka sana
Chee -	asubuhi
Watakugwia -	kamata; shika; nasa; angukia
Kazigunga -	kuzitunga kwa ujanja mkubwa
Mchuje -	hana; amenyimwa

Tokomea!

Msihaya -	mtu asiye haya au adabu
Kunga -	mambo ya kitamaduni; mila
Uchu -	tamaa au hamu ya kufanya jambo baya

'Siniambae

uniambaaye -	upitaye kando bila kunigusa; ukaaye mbali nami; uniogopaye.
Muwele -	mgonjwa
Upele -	vivimbe vidogo vidogo vilivyozagaa mwilini na huwasha vinapotunga usaha.
Sufi -	nyuzi laini zitengenezazo vitambaa
Utesi -	malalamiko
Maadili -	mwenendo mwema; mambo ya haki
Mfariji -	mtu atulizaye wengine wawapo na shida au msiba
Kilinge -	mahali pa kufanyia uganga; uwanja wa matibabu ya kienyeji
Mfumbati -	asherati; mke au mume asiye na mwenzake maalumu

Kuwasaili -	kuwauliza maswali
Hamjimanyi -	hamjijui

Epuka mapigo

Liteleze -	liwe wazi
Kaziye zeze -	kazi bure, bila malipo
Yanobeza –	yanayodharau
Masimango -	hali ya kusutwa; kudharauliwa
Msungo -	mwanamke asiyejua desturi za unyagoni; mjinga
Chumo -	mapato; mali

Siondoki

Kemeo -	hali ya kukemea; kufokea
Hawara -	malaya
Shahada -	vyeti au stakabadhi apatazo mtu anapofuzu masomo ya chuo kikuu

Kifo Mzingani

Uhondo -	utamu; kitu kitamu
Mrina -	mtu atoaye asali mzingani
Asilia -	iliyo bora kabisa
Mwandani -	rafiki wa ndani anayeaminika
Nakukanya -	nakuonya

Wabakaji mahasidi

'Lobobea -	aliyefaulu; aliyejulikana
Tukagwia -	tukaingia kwa wingi; tukajaa
Mafosi -	fujo; rabsha; fitina; vurugu
Dhamiriye -	dhamiri yake; hali ya kuchagua kutenda mema
Nakama -	mambo ya kuangamiza; maovu makubwa

'Kiwabinya - wakichuguzwa kwa makini
Waazirika - watu waliopatwa na jambo fulani; waadhirika
Mvule - mti mgumu usioweza kuharibiwa na mchwa au kuingia maji
Kukuseti - kukupiga
Wakembe - wasio na hatia; bikira
Vito - mawe ya thamani kuu
Mnakia - mnapita; mnakiuka
Sitahili - malipo kwa ubaya waliotenda
Kuhasiwa - ondoa au haribu viungo vya uzazi vya kiume

Kulla Muavya Mimbaye

Muavya - mwanamke anayetoa mimba
Kulla - kila
Ndotoye - ndoto yake
Tambi - tumbo kubwa
Waole - wanawake walioolewa
Nganganganga - wengi; wa kila aina
Nde - nje
Mtunguzi - mtu anayemsaidia mwanamke kutoa mimba
'Kiwaya - akiwaya; akihangaika huku na huku kwa uchungu
Unyenyezi - hali ya kusisimkwa au kushtushwa na kitu kinachokugusa bila kutarajiwa
Mkembe - mtu asiye na hatia yoyote
Wambi waambe - wanaosema waseme
'To hell' - potelea mbali
Shahada - hati au cheti cha kuhitimu chuo kikuu; digrii
Kimada - mwanamke mrembo sana

Ngono -	kitendo cha mke na mume kuingiliana; hali ya kufanya mapenzi
Taswiraye -	taswira yake; picha ya mawazoni
Kuhaha -	kuhangaika
Binamuyo -	binamu yako; mtoto wa babako mdogo au mkubwa
Mnuna -	ndugu mdogo
Uchu -	hali ya kutamani kitu sana; kiu
Kununa-	nyamaza kwa dhiki au huzuni; onyesha uso usio na furaha
Kurehemia -	kukuonea huruma

Mila Zitiwe Mizani

Mizani -	kipimo
Mashiko-	mahali pa kushika au kutua
Aila -	familia, ndugu, jamaa; ukoo; ahali
Msondo -	ngoma ndefu na kubwa; mchezo wa ngoma ya unyago
Isikuti -	mchezo wa ngoma mashuhuri katika jamii ya Waluhya
Kirarire -	aina ya mashairi simulizi ya jamii ya Wameru
Tusiche -	tusiogope; tusihofu
Kihafidhini -	zenye utamaduni mkali unaopinga mabadiliko ya aina yoyote
Tuvisute -	tuvipinge; tuyikatae kabisa
Kufuru -	hali ya kukashifu dini kwa ukatili
Tero buru-	tambiko katika jamii ya Waluo ihusishayo kufanya mapenzi na maiti ya mwanamke

Ni Kiwanda Kamilifu

Mpini -	sehemu ya kushikia jembe
Kitwana -	mtumwa mwanaume
Mbelekoni -	mgongoni
Kibarua -	mtu afanyaye kazi na kulipwa mwisho wa siku au baada ya kumaliza kazi.
Kiganjache -	kiganja chake; sehemu ya mbele ya mkono; kitanga
Nyigu -	mdudu mkubwa aumaye kama nyuki (ana kiuno chembamba) ; mavu; dondora.
Hadhi -	heshima; cheo

Migomo shuleni

Kileleta -	kilele; juu zaidi

Fundi bora

Mbiu nipigie -	nitangazie kwa sauti
Wakidhie -	watosheleze
Sinate ja gundi -	usikawie huko
Muhali -	jambo lisilowezekana kabisa
Gwiji -	shujaa, mjuzi wa jambo
Matapeli -	wadanganyifu, walaghai, wapunjaji

Broka?

Hoka -	mtu atembezaye bidhaa zake na kuuza kwa rejareja
Loni -	mkopo
Diradira -	kuzungushazungusha maneno kwa kutotaka kusema ukweli
Anapowanda -	anaponenepa

Kinaya cha kisomo

Ikirari - ukubalifu, baraka
Mufuti - bora
Fashoni - mitindo ya mavazi
Fukizi - yatoayo harufu nzuri
Simati - maridadi

Kughushi - bandia; ya kujibandika; ya kupanga
Kikoko - kigaga; ukoko; uchafu wa kamasi zilizokauka puani.

Githeri

Mkata - mtu wa kawaida; maskini
Maninga - macho
Butu - bila makali
Tambi - aina ya chakula chenye umbo la nyuzi kitengezwacho kwa unga wa ngano, spaghetti.
Kiambaza - ukuta wa nyumba, kitu kimpacho mtu nguvu.

Wenye tata

Nadhari - uzingativu, makini
Mithali - hali ya kuchunguza kwa kulinganisha
Aridhihali - akiba
Manaizi - matajiri wakuu, wakwasi
Kulimbiza - kulimbikiza, tafuta mali kwa wingi hadi mali kujazana.
Mauzauza - wasiwasi mkuu
Jahili - adui
Wachochole - masikini, watu wanaodhulumiwa
Dhalili - wanyonge, wasio na uwezo

Mwakonda Mwakondeani?

Khiana -	hiana; uchoyo, unyimifu, ubahili; kutotaka mwingine afaidike
Kisirani -	hali inayoleta matokeo mabaya, nuksi
Upekuzi -	hali ya kupeleleza maneno ya watu
Udakuzi -	tabia ya kupenda kuingilia kati maneno ya watu; umbeya,
Ajizi -	hali ya kutotaka kufanya kazi; uvivu
Hambarizi -	hamkai mkatulia
Mwapenyeza -	mwapitia
Uchongezi -	hali ya kutilia fitina

Neno hili samahani

Karasa-kuwala	mnyama mdogo aibaye na kuku
Ukakitoja -	ukakiumiza
Upeo-	kiwango cha juu kabisa

Upatapo jembe jipya

Kiserema -	jembe la zamani ambalo limechakaa; jembe kuukuu
Hubanduki -	huondoki
Mtani -	mtu apendaye mchezo au mzaha
Unaungama -	unakiri, unakubali waziwazi
Moyowo -	moyo wako
Kakufitini -	kakuhangaisha; kukusumbua
Waparamia -	kwea mti au ukuta kwa haraka bila kutumia vipandio au ngazi; ingilia jambo lisilokuhusu

Jana na leo na kesho

Kiporo -	chakula kicholala mpaka asubuhi; mwiku
Kunang'ana -	kumeremeta; kung'ara
Butu -	lililoharibika

Maliwazo?

Vizingiti -	mambo yanayotatiza, vikwazo
Sharuti -	lazima; sharti
Chambo -	kitu cha kuvutia ili kunasa
Kukuzuzuwa -	kukufanya mjinga

Jina jipya

Kimachomacho -	hadharani, bila kuficha; waziwazi
Lighaniwapo -	litangazwapo au liimbwapo
Watajumuika -	watakusanyika
Yalopiku -	yaliyoshinda mengine kwa sifa; maalumu
Mochari -	chumba cha kuhifadhia maiti

Karamuni

Kaumu -	watu wengi waliokusanyika pamoja
Hakithaminiwi -	hakitiliwi maanani
Wakiliwazwa -	wakitulizwa; wakipewa pole

Kifo

Faradhi -	jambo la lazima
Kutukidhia -	kututosheleza mahitaji

'Silaumu bomu

Tonoradi -	aina ya bomu liwezalo kuangamiza
Klashkov -	aina ya bunduki; AK-47
Grunedi -	bomu la kurusha kwa mkono

Nyambizi - chombo kinachosafiri chini ya maji, sabmarini
Ubarakala - hali ya kujipendekeza kwa watu ili uwe kiongozi kwa kutumia nguvu

Ametutoka Wamalwa
Mwanakindakindaki -mzaliwa wa huku; mzalendo halisi.

Ndoto za kiama
Ughaibuni - ugenini; mbali na kwetu
Walowezi - wavamizi; watesaji; wadhalimu
Kihoro - huzuni kubwa
Fatani – mtu mwenye fitina; adui; mchokozi
Tufani - upepo mkali uletao uharibifu
Kupagazwa- kusingiziwa; kuhusishwa
Falume - falme; nchi inayoongozwa na mfalme au malkia.

Vyama visiwe sababu
Mahasidi - maadui
Kapagawa - wamerukwa na akili
Hatutoyeyuka - hatutabadili msimamo
Maluuni - katili, mtesaji

Ni wengi waloanguka
Viragoye - virago vyake; mali yake
Jokofuni - ndani ya jokofu; mtambo wa barafu wa kulifadhia chakula; jirafu; friji
Nduma - mtu dhalimu; muuaji
Kufuma - kushona
Kwafuka - kwatoka moshi

Nitapanda nipendalo

Porojo -	mambo yasiyo ya kweli; uongo
Chambo -	kitu cha kumvutia mtu ili aingie mtegoni au hatiani.
Rumba -	aina ya densi
Garaji -	mahali pa kurekebishiwa gari
Yanokirihi -	yanayoudhi; yanayosumbua

Kiu Chetu

Makopo -	vikombe vikubwa
Inavuja -	inamwagia maji penye matundu kabla ya kufikia yanakotakikana
Wahandisi -	watu wenye maarifa na ujuzi wa kuunda, kuhudumia na kutengeneza mitambo; injinia

Demoskini

Watesi -	wanasiasa
Peponi -	mbinguni kwa Mungu

Siasa

Uratibu -	mpango, utaratibu
Mtungo -	mawazo yaliyokusanywa na kupangwa vema
Mjarabu -	mtihani
Kinyongo -	hasira za ndanindani, chuki
Kuswibu -	tukia; tokea
Simango -	dharau, maneno makali ya kumshambulia mtu
Lumbwi -	kinyonga
Ujima -	hali ya kufanya kazi kwa zamu na kupata riziki kwa pamoja; hali ya kuchangiana
Kalima -	neno, tamko au kauli

Kuchongeana -	kutiliana fitina, sababishiana hasara au madhara
Nang'ana -	udanganyifu

Visiki

Danganyiko -	ujanja; ujeuri, udanganyifu
Malaki -	mamia ya maelfu
Mung'uniko -	nung'uniko; hali ya kulalamika
Siwiki -	sifaulu
Sononeko -	huzuni
Kuwana -	kupambana; kupigana
Sokomoko -	matata, fujo; ghasia

Kunyimwa uneni

Pambio -	nyimbo fupi, ziimbwazo kwa kurudiarudia vifungu fulani
Propaganda -	habari za uongo
Sekta -	kitengo au sehemu inayohusika na jambo maalum
Makapi -	maganda ya mbegu au kitu kisichotakikana

Niache?

Muruwa -	tabia njema; ya kiutu
Kuongokewa -	kunyookewa na mambo
Tuwa -	uangalifu
Risala -	ujumbe wa heri; kutakiwa mema.
Kiwi -	giza la machoni
Makombo -	mabaki ya chakula
Kuniaguwa -	kuniagua, kunitibu
Ukiwa -	upweke
Akiashama -	akipanua kinywa
Mawi -	mabaya

Ngowa -	wivu
Ngomeni -	jela, korokoroni

Siachi!

Sitanuna -	sitakaa kimya kwa huzuni
Tungu -	chungu, lisilofurahisha
Wakahozi -	wakamiliki, kikawa chao
Matilaba -	haja; nia ya kufanya jambo
Zibanazo -	zisumbuazo, zichoshazo
Kutuhini -	kutunyima, kutufanya tukosa kilicho haki yetu
Tudhikike -	tupatwe na dhiki; tuhuzunike
Sulubu -	kazi ngumu, inayochosha
Madhila -	mateso, usumbufu
Mafidhuli-	wajeuri
Mahadhi -	mtindo wa sauti za muziki

Upweke Kundini

Nituze -	nitulize
Mahame -	maganjo; mahali palipohamwa
Niianike -	niweke wazi; nifichue
Utuvu -	utulivu
Ujiinjike -	ujikite; ujiimarishe
Nizuzuliwe -	nionekane mjinga, nidharauliwe
Nisutwe -	niaibishwe hadharani
Upyaro -	hali ya kupenda kutukanatukana; matusi
Wororo -	hali ya mambo kuwa mazuri au rahisi; wepesi
Nisitambiye -	nisitambie; nisiringie
Ninaviziwa -	ninaingiliwa bila kujua
Faraghani -	mahali pa siri au patulivu

Kihoro

Nimrai -	nimbembeleze; nimweleze kwa upole

Muhali
Shada -	mkazo katika neno
Kukama -	kuondoa
Jaka -	matatizo; mateso
Fosi-	nguvu

Mapambano
Walohadaa -	waliodanganya; waliosema uongo
Wataambaa -	watapita kando kando bila kugusa, kwepa, toroka
Sutwa -	aibishwa hadharani
'Kijikita -	wakijistawisha; kujitwalia mamlaka na kutawala bila woga
Vimelea -	watu wanaowanyanyasa wengine; wanaowategemea wengine.

Kuwa Wima
Nimedinda -	nimeamua

Nitapanda Kirimara
Mizimu -	mahali ambapo huaminiwa kuwa vivuli vya wazee wa kale waliofariki hukutana na kusikiliza maombi ya watu wao; mahali pa kutambika
Kafara -	sadaka au dhabihu
Kileleni -	juu kabisa ya mlima; kileleta
Miiko -	mambo yaliyokatazwa na jamii
Nisujudie -	nigusishe paji la uso chini wakati wa kuswali
Taadhima -	heshima; atukufu; unyenyekevu

Imla -	uongozi wa mabavu; wa kutumia nguvu; usioheshimu demokrasia
Ngome -	ukuta mkubwa unaozunguka mahali ili waliomo wasitoke

Utendi wa Masihi

Hosana -	wimbo wa kushangilia mambo mema aliyotenda Mungu k.v. kuzaliwa kwa Yesu.
Mdariji -	mpangaji wa mambo kwa taratibu
Kuwapiku -	kuwashinda; kuwapita
Ngwiji-	mabingwa; mafundi; wajuzi
Fidia -	malipo kwa ajili ya hasara au maumivu.
Miuja-	miujiza
Kuhani-	kiongozi wa dini ya Kiyahudi
Kumtweza-	vunjia heshima; shusha
Lilitamba-	lilienea; lilisambaa; lilijulikana; lilisifika
Mithali -	mafumbo
Hakutamba-	hakujivuna
Sitotongowa-	sitaandika; sitaeleza
Mahuluki-	watu; waja; binadamu
Wakadiriki-	wakatosheka; wakashiba; wakaridhika; wakakinai
Wakilibisha -	wakilipinga; wakilikataa
Rabi -	jina la Mungu- maana yake ni mwalimu
Nyange-	fujo, kelele; rabsha
Taurati -	maandiko matakatifu
'Limpunja -	walimtendea udanganyifu
Mayahuda -	mayahudi – wafuasi sugu wa dini ya Kiyahudi
Ushuhuda -	utabiri; unabii

'Kibururwa - akibururwa – kuvutwa na kusukumwa kwa fujo
Akawambwa - akasulubiwa; akatundikwa msalabani
Twadurusu - tunasoma
Mauko - kifo
Zayuni - mlima mtakatifu; makao ya Mungu

Mzinga wa mapopo
Utomvu - ute au urendarenda wa mmea
Mbelewele - ungaunga wa manjano ulio ndani ya ua
Mrina - mtu atoaye asali mzingani
Kienge - fungu la vijiti ambalo huwashwa na kutumiwa na warina asali ili kufukuzia nyuki
Akirambitia - akitokwa na mate kwa tamaa
Masega - nta ambamo nyuki hutia asali au kuzalia

Uko Uchi!
Chafuo - uchafu
Ukoko - uchafu ulionata mwilini
Kusonona - umia moyoni baada ya kufikwa na jambo baya.
Wakikusuta - wakikulaani; wakikudharau; wakikushutumu
Umepagawa - umerukwa na akili
Kinda - mtoto wa ndege
Kuchi - jogoo lililo kali kwa kupigana
Kiweto - kuku asiyeweza kutaga
Mbugi - kengele ndogo zifungwazo miguuni mwa wanyama na hutoa mlio watembeapo.

Gandamizi
Kakakaka - kwa vishindo, kwa haraka, kwa ghasia
Dekezeke - bembelezeka, tulizika kwa maneno matamu
Puruka - paa juu kwa kutumia mbawa

Ganda
Si bina – si masihara, hakika, bila shaka
Rambitisha - tia hamu au tamaa; tolea mate

Mpapindi si mnazi
Mpapindi - mmea ufananao na mnazi upandwao katika bustani

Mwenye kijungu mekoni.
Kuriaria – kuwa na shughuli nyingi
Kitalifa - umbali wa kutoka mahali pamoja hadi pengine.

Haki nimtuze nani?
Maamuma - watu, wafuasi
Libasi - vazi, nguo
Atoswibu - atakayeshinda
Mhanga - juhudi kubwa
Vigingi - nguzo
Ilivyovimbika - ilivyoezekwa vizuri
Mzuka - ajabu; jambo la kutisha
Tamhini - nitamdhulumu
Mzandiki - mdanganyifu, mwongo, mnafiki

Msomi Nifumbulie
Kulumba - kuwasema watu kupitia tungo
Sonara - fundi wa kutengeneza vitu vya mapambo k.v. pete

| Kazimbi - | kazi mbaya, bure |
| Dimba - | uwanja, ukumbi |

Jichagulie nikupe

Sitokuvunda -	sitakuvunja; sitakukosea
Usipojihami -	usipochunga; usipojikinga
Zahama -	balaa; vurugu
Kidari -	kifua cha mnyama
Sugu -	matatizo; vikwazo
Mgwisho-	mkia kama wa ng'ombe uliokaushwa na hutumika kukingia nzi

Naitwaa yangu kamba

Udhuru -	jambo linalomfanya mtu kukubalika kufanya au kutofanya jambo
Kinudhumu -	kwa njia ya ushairi
Tathmini -	kupima kwa makini; kukadiria
Siha -	afya
Kugea kani -	kusherehekea kwa furaha
Mtaji -	pesa za kuanzishia biashara
Milihoi -	jini au shetani
Mahoka -	mtu ajitiaye wazimu
Utando -	hali ya kuchanganyikiwa
Sunna -	jambo lisilo la lazima; kinyume cha faradhi
Ibara -	hatua, kwa kutendeana
Kilma -	kauli, mawazo, uamuzi

Kuku simfugi tena

Kisanga -	kisa au tukio baya limpatalo mtu, janga
Hamasa -	bidii, hamu
Shauku -	hamu, tamaa; bidii, hamasa

Sijayaenga –	sijayaona
Ayaotamie -	ayapashe joto la mwili wake ili kuangua vifaranga
Muamana -	hali ya kuaminiwa

Nyoka kumezana

Gundi -	utomvu utumiwao kushikanisha mbao, karatasi uk.
Sambi -	sisemi
Baruti -	namna ya unga unaoripuka

Ajabu ya tungule

Tungule -	nyanya; tomato
Gulioni -	sokoni
Masika -	majira ya mvua nyingi
Welewano -	hali ya kusikizana; kuelewana

Utetezi wa tungule

Kunitweza -	kunishushia heshima; kunidharau
Muoza -	mwenye tabia ya kuoza
Ruwaza -	mfano wa hali au jambo; ukweli wa mambo
Yanoniponza-	yanayonidhuru
Uzushi -	hali ya kuleta mambo mapya; utatanishi

Ola Wambe

Ola -	tazama, ona
Siole -	usione
Silole	usitazame
Amba -	sema
Utone -	utoneshe, uumize moyoni
Wavyele -	wazazi
Uwele -	ugonjwa
Gele -	wivu, uchoyo
Waavye - usaha	waharibu na kufanya vipele kutoka

Kukamia joto

Kamia -	tenda jambo kwa tamaa kubwa
Wangavu -	hali ya kuwa na mwangaza
Furukuto -	mvutano, kung'ang'ania
Keto -	shida; utatanishi

Nguli sichi nduli

Sitotakabari -	sitajivuna
Takilifu -	kasoro, makosa, ila, dosari
Umanyi -	ujuzi
Ghaibu -	ng'ambo
Kuzabuni -	kutia thamani
Chereko -	furaha na vicheko
Zirindime -	zivume; zitoe sauti kwa nguvu
Rununu -	habari zifikazo na kuenea mahali bila kujulikana zilikotoka; fununu
Nduli -	waovu; adui
Jadhiba -	uchangamfu mkubwa
Maghufira -	msamaha wa dhambi
Nguli -	shujaa

Ncha ya kucha

Chaka la mabweha –	mahali wanamojificha mbweha, kichaka
Waya -	uzi wa madini ya chuma utumiwao kufungia vitu
Kaya -	kijiji; nyumbani
Ruya -	ndoto; mipango
Mwangwi -	sauti inayorejea kwa mara ya pili baada ya kutolewa na kukuta ukuta au mwamba.
Kondo -	vita au mapambano

MAREJELEO

Abdalla, A (1973) *Sauti ya Dhiki*, Oxford University Press, Nairobi

Abedi, K.A (1954) *Sheria za Kutunga Mashairi na Diwani ya Amri*, East Africa Literature Bureau, Nairobi

Amana, B (1982) *Malenga wa Vumba*, Oxford University Press, Nairobi.

Chiraghdin, S (1987) *Malenga wa Karne Moja*, Longman Kenya, Nairobi.

Karama, S (1981) *Urembo wa Kiswahili*, Evans Brothers Publishers Ltd, Nairobi

Kezilahabi, E (1974) *Kichomi*, Heinemann, Nairobi

King'ei, K; Kemoli, A (2001) *Taaluma ya Ushairi*, Acacia Stantex, Nairobi

Mazrui, A (1988) *Chembe cha Moyo*, Heinemann, Nairobi

Mazrui, A; Syambo, B.K (1992) *Uchambuzi wa Fasihi*, East African Educational Publishers, Nairobi

Mbega, H.M (1984) *Dafina ya Umalenga*, Oxford University Press, Nairobi.

Mnyampala, M.E. (1970) *Diwani ya Mnyampala*, East Africa Literature Bureau, Nairobi.

M'ngaruthi, T.K. (2008) *Fasihi Simulizi na Utamaduni*, Jomo Kenyatta Foundation, Nairobi.

Mohamed, S.A (1980) *Sikate Tamaa*, Longman, Nairobi

_____(1984) *Kina cha Maisha*, Longman, Nairobi

_____((2002) *Jicho la Ndani*, Longhorn, Nairobi

Msokile, M. (1983) *Misingi ya Uhakiki wa Fasihi*, East African , Educational Publishers, Nairobi

Mutiso, K. (1986) *Mizani Yangu*, Kenya Literature Bureau, Nairobi.

Nabhany, A. S na Amina, S (1971) Wahariri, *Utendi Wa Mwana Kupona* (1971) Heinemann, Nairobi

Nabhany, A.S, Hotuba Kwa Wanachama Wa Baraza la Utafiti wa Kiswahili la Egerton (BAUKIE),Fort Jesus Mombasa, Tarehe 15/5/1992 (haijachapishwa)

Nassir, S.A.A (1972) *Al-Inkishafi (The Soul's Awakening)*, Oxford University Press, Nairobi.

Njogu, K; Chimerah, R (1999) *Ufundishaji wa Fasihi*, Jomo Kenyatta Foundation, Nairobi.

Ombuge, R; Kisia, A (1999), *Uchambuzi wa Mashairi*, Standard Textbooks Graphics and Publishing, Nairobi.

Ruo, K.R (1989) *Nguzo za Ushairi wa Kiswahili*, Macmillan, Nairobi.

Shaaban, R. (1951) *Kusadikika*, Evans Brothers Publishers Ltd, Nairobi.

Shakespeare, W. (1969) *Mabepari wa Venisi*. Oxford University Press.

Wallah, J.N.W (1988) *Malenga wa Ziwa Kuu,* East African Educational Publishers, Nairobi

Kuhusi Mwandishi

Timothy Kinoti M'Ngaruthi alizaliwa mwaka wa 1967 katika kata ya Ruiri wilayani Buuri kwenye jimbo la Meru nchini Kenya. Alisomea katika shule ya msingi ya Loire kabla ya kujiunga na Shule ya Upili ya Chuka kwa masomo ya kiwango cha 'O' na yale ya kiwango cha 'A' katika Shule ya Upili ya Kanyakine. Ana shahada ya elimu (B.Ed) katika masomo ya Kiswahili na Jiografia kutoka Chuo Kikuu cha Egerton na shahada ya uzamili (Masters) katika lugha na fasihi ya Kiswahili kutoka Chuo Kikuu cha Kenyatta. Wakati huu anakamilisha masomo ya uzamifu (PhD) katika Chuo Kikuu Kishiriki cha Chuka ambapo anafanya utafiti katika uwanda wa ushairi wa Kiswahili.

Mshairi huyu amefunza katika shule mbalimbali za upili nchini Kenya na kutahini fasihi ya Kiswahili kwa miaka mingi. Aidha, amewahi kufunza Kiswahili katika Chuo Kikuu Kishiriki cha Chuka. Yeye ni mhadhiri wa lugha na fasihi ya Kiswahili katika Chuo Kikuu cha Kimethodisti, Kenya (KeMU).

Hiki ni kitabu chake cha pili baada ya kile cha Fasihi Simulizi na Utamaduni (Jomo Kenyatta Foundation, 2008) ambacho kinatumiwa katika viwango vya shule za upili na vyuo vikuu nchini Kenya na ng'ambo.